रामशास्त्री

(तीन अंकी नाटक)

रणजित देसाई

मेहता पब्लिशिंग हाऊस

Please contact us at **Mehta Publishing House,** Pune.
Email : production@mehtapublishinghouse.com
Website : www.mehtapublishinghouse.com

RAMSHASTRI by RANJEET DESAI
रामशास्त्री : रणजित देसाई / नाटक
Email : author@mehtapublishinghouse.com

© सौ. मधुमती शिंदे / सौ. पारु नाईक
मराठी पुस्तक प्रकाशनाचे हक्क मेहता पब्लिशिंग हाऊस, पुणे.

प्रकाशक : सुनील अनिल मेहता, मेहता पब्लिशिंग हाऊस,
१९४१ सदाशिव पेठ, माडीवाले कॉलनी, पुणे – ४११०३०.

अक्षरजुळणी : गार्गी वर्डवर्ल्ड, पुणे.

मुखपृष्ठ : चंद्रमोहन कुलकर्णी

प्रकाशनकाल : १९६७ / १९७५ / ऑगस्ट, २०१३ /
पुनर्मुद्रण : ऑक्टोबर, २०१७

P Book ISBN 9788184985047
E Book ISBN 9789386175748
E Books available on : play.google.com/store/books
https://www.amazon.in/b?node=15513892031

अंक पहिला

प्रवेश पहिला

स्थळ : *थेऊर चिंतामणी ओवरी.*
(पडदा उघडतो तेव्हा रंगमंचावर अत्यंत आजारी असलेले माधवराव अंगावर शाल घेऊन आसनावर बसलेले दिसतात. शेजारी वयोवृद्ध इच्छारामपंत ढेरे उभे आहेत. त्याच वेळी मुकटा नेसलेले, जानवे परिधान केलेले नारायणराव हाती रौप्य पळीपंचपात्र घेऊन प्रवेश करतात. त्यांना पाहून माधवरावांच्या चेहऱ्यावर क्षीण हास्य प्रकटतं.)

माधवराव : या! श्रीचिंतामणीच्या मंदिरातून आलात वाटतं?

नारायण : (आत येत) हो! अभिषेक झाला. वहिनी म्हणाल्या, आपल्याला तीर्थ देऊन या.

माधवराव : (हात पुढे करीत) द्या.
(माधवरावांच्या हातावर नारायणराव तीर्थ घालतात. तीर्थ प्राशन करून माधवराव निःश्वास सोडतात. इच्छारामपंत तीर्थ देत असलेल्या नारायणरावांकडे पाहतात.)

ढेरे : श्रीमंत, यांचं पठण चांगलं आहे. पूजेला बसले, की शास्त्र्यांची आठवण व्हावी, इतकी नेटकी पूजा करतात. मंत्रोच्चारही स्पष्ट!

माधवराव : (खिन्नपणे हसून) ते ठीक आहे; पण आता पूजाअर्चेचं सुख त्यांना फार काळ भोगता यायचं नाही. त्यांच्या नशिबी ते दिसत नाही. आता लवकरच ते पेशवे होतील. तो त्यांचा धर्म त्यांनी ध्यानात घ्यावयास हवा.

नारायण : दादा, तुम्ही नाही तर ते पेशवेपद काय करायचं?

माधवराव : (हसत) नारायणा, आम्ही नसलो तरच तुम्ही दोघे पेशवे होणार!

नारायण	:	दादासाहेब—
माधवराव	:	(नारायणरावांना जवळ ओढीत) नारायणा! उदास होऊ नका. जन्माला आलेला प्रत्येक माणूस अपघातानेच जगतो नाही का? अरे, मरण तर अटळच आहे बाबा! हा सृष्टीचा नियम आहे; पण जाताना हात स्वच्छ असावेत. आम्ही पेशवे झालो, तेव्हा तुमच्यासारखेच लहान वयाचे होतो. आम्ही ती जबाबदारी स्वीकारली. या अकरा वर्षांत अविश्रांतपणे या दौलतीसाठी झगडलो, झिजलो. उदंड यश पाहिलं. जीवन सार्थकी लागलं. ते यश, ते समाधान तुम्ही मिळवा.
ढेरे	:	त्याची चिंता नसावी श्रीमंत! रावसाहेब दप्तरी तरबेज आहेत. आपल्या हाताखाली त्यांनी मोहिमा पाहिल्या आहेत.
माधवराव	:	तेवढं पुरत नाही इच्छाराम. राज्यकर्त्यांच्या ठायी यशापेक्षा पराजय सोसण्याची ताकद लागते. यांचा मानी स्वभाव... शीघ्र संताप तर पाचवीला पूजलेला. संयम, विवेक यांनी शिकायला हवा. (माधवराव निःश्वास सोडतात) दुर्दैव. तो शिकवून शिकता येत नाही. अनुभवातूनच तो पचनी पाडावा लागतो. (माधवरावांना खोकला येतो. इच्छाराम धावतात. उबळ थांबते, पण इच्छारामांच्या खांद्यावरची पकड तशीच राहते. शाल बाजूला करून माधवराव उभे राहतात.)
ढेरे	:	श्रीमंत, आपण उठू नये.
		(माधवराव कासावीस झाले आहेत. पोटावर डावा हात जातो.)
माधवराव	:	इच्छारामा! कळ आली रे.
ढेरे	:	श्रीमंत, आपण विश्रांती घ्यावी. मी वैद्यांना...
माधवराव	:	नको... ही नुकती सुरुवात आहे. काल वैद्यांनी त्यांच्या हाती राहिले नसल्याचे सांगितले आहे.
ढेरे	:	श्रीमंत!
माधवराव	:	आम्हाला त्याचं काही वाटलं नाही. आम्ही त्यांना एकच प्रार्थना केली... तो क्षण येईल तेव्हा येवो. अंतकाळी श्रीगजाननाचे नाव घ्यायला वाचा शुद्ध असावी. ती जबाबदारी त्यांनी स्वीकारली आहे.
ढेरे	:	आपण निदान बसावं.
माधवराव	:	नको. उभं राहिलं, की कळ सोसवते. आता ही नुकती सुरुवात आहे. ही वेदना अशीच वाढत जाते. परीक्षेचा क्षण असतो.

आमचा सारा संयम... शक्ती पणाला लागते, पण अखेरीस त्यावरही वेदना मात करते. तडफडण्याखेरीज आमच्या हाती काहीही राहत नाही. त्याचमुळे या वेदनेची भारी भीती वाटते.

ढेरे : श्रीमंत!

माधवराव : वेदनेची नव्हे — पण नको त्यांच्यासमोर आमची असहायता प्रकटते, त्याची लाज वाटते... (पोटावर हात नेताना) गजानना... (नारायणराव गडबडीनं मंचकावरचा पंचा उचलतात. माधवरावांचा घाम टिपतात. इच्छारामांच्या खांद्यावर हात असलेले माधवराव इच्छारामांकडे पाहतात.)

माधवराव : इच्छारामा... एक इच्छा व्यक्त केली, तर पुरी करशील?

ढेरे : आज्ञा श्रीमंत!

माधवराव : मला वचन हवं... शपथ हवी...

ढेरे : पण श्रीमंत!

माधवराव : कसला पण काढलास? अरे, निष्ठावंत ना तुम्ही—

ढेरे : आमच्या निष्ठेबद्दल शंका नसावी. आज्ञा करावी श्रीमंत, ती जरूर पाळली जाईल. श्रीगजाननाची शपथ घेऊन सांगतो.

माधवराव : (आनंदानं) खरं?...

ढेरे : वचनबद्ध आहे श्रीमंत!

माधवराव : (नारायणरावांना) तुम्ही कपडे बदलून या. (नारायणराव जातात. माधवरावांचा हात ढेऱ्यांच्या खांद्यावर असतो.)

माधवराव : इच्छारामा, मला खंजीर हवा.

ढेरे : (मागे सरत) खंजीर?

माधवराव : हो... इच्छारामा, मला लवकर खंजीर दे. या वेदना आता मला सोसवत नाहीत रे. (इच्छाराम तटस्थ उभे असतात. पोटावर हात घेतलेले, कासावीस झालेले माधवराव संतापू लागतात.)

माधवराव : इच्छारामा, उभा का? मला खंजीर हवा.

ढेरे : क्षमा असावी श्रीमंत... आत्महत्या हे पाप आहे.

माधवराव : मूर्खा, ही आत्महत्या नाही. हे आत्मसमर्पण आहे. ते पाप नाही. पुण्य आहे. मला खंजीर दे इच्छारामा... या पराक्रमी पेशव्याला असह्यपणं भूमीवर तडफडताना कुणी पाहू नये, त्याचा आक्रोश कुणी ऐकू नये म्हणून मला खंजीर दे. आजवर

आम्ही कोणापुढे हात पसरला नाही. आम्ही तुझ्यापुढे हात पसरतो... भीक मागतो... आम्हाला सत्वर खंजीर दे...

(अश्रू टिपत निश्चलपणे उभे असलेल्या इच्छारामांना पाहून माधवरावांचा संताप वाढतो. एक पाऊल मागे सरकतात. नजरेत अंगार पेटतो.)

माधवराव : ब्राह्मण ना तू? आणि दिलेलं वचन मोडतोस! गजाननाची खोटी शपथ घेतोस! बोल... बोलत का नाहीस? (ढेरे हात जोडून उभे असतात. अविचलपणे) अशी जबान उघडायची नाही... कोण आहे रे तिकडे? (सेवक आत येतो.)

माधवराव : आसूड घेऊन ये... लवकर. (सेवक जातो. इच्छारामांकडे दृष्टी वळवून) इच्छारामा, माझा अंत पाहू नको. मला खंजीर दे. (सेवक आसूड घेऊन येतो.) बघतोस काय? याला फोडून काढ... आमची आज्ञा उल्लंघणं एवढं सोपं नाही. उचल आसूड... (त्या शेवटच्या आज्ञेबरोबर सेवक धैर्य करून हात उचलतो. ढेऱ्यांच्या पाठीवर चाबूक फुटतो. एकापाठोपाठ एक चाबूक वाजत असतात. वयोवृद्ध इच्छाराम गुडघे टेकून खाली कोसळतात. सेवक थांबतो.) थांबलास का?

(माधवराव सेवकाच्या हातून चाबूक हिसकावून घेतात. हात उगारीत असताना रामशास्त्री आत येतात. हातातील बासन फेकून देऊन धावत जात, माधवरावांचा उंचावलेला हात पकडतात.)

रामशास्त्री : श्रीमंत...

(माधवराव संतापाने पाहतात. रामशास्त्री दिसताच ते भानावर येतात. हातातील आसूड गळून पडतो.)

माधवराव : शास्त्रीबुवा...

रामशास्त्री : (माधवरावांचा हात सोडीत) श्रीमंत क्षमा आसवी. आपला हात धरण्याचा अधिकार आमचा नव्हे. मर्यादा उल्लंघिली त्याबद्दल क्षमा असावी.

माधवराव : (खिन्नपणे) क्षमा! आमचा हात धरलात ही अमर्यादा! आणि वेदनेपोटी इच्छारामसारख्या इमानी वयोवृद्धाची पाठ फोडली ही का मर्यादा...

रामशास्त्री : पण इच्छारामपंतांचा अपराध?

माधवराव : फार मोठा. भावी वेदनेच्या भीतीने आम्ही खंजीर मागवला आणि त्यांनी तो दिला नाही. हाच...

रामशास्त्री : श्रीमंत! आपण खंजीर मागितलात... आत्महत्येसाठी?

माधवराव : हो. आता हे सोसवत नाही. मृत्यूचं भय आम्हाला नाही, पण त्याच्या येण्यातील हा संथपणा... ही दिरंगाई... हे क्लेश... नको वाटतं.

(इच्छारामपंत उठण्याचा प्रयत्न करीत असतात. माधवराव धावत जाऊन त्यांना उठवितात. माधवराव सद्गदित होतात.)

माधवराव : इच्छारामा, अंतकाळी विश्वासाची, भरवशाची माणसं म्हणून जवळ केलेले तुम्ही. तुमचं वय, अधिकार लक्षात न घेता तुमच्यावर हात टाकला. क्षमा मागायलादेखील...

ढेरे : श्रीमंत! श्रीमंत!! (जवळ जाऊन माधवरावांचे अश्रू टिपतात.) डोळ्यांत अश्रू आणू नयेत. आपणाला त्रास होईल. आपल्या सेवेसाठी वाहिलेली ही कुडी आपल्या सेवेतच खर्ची पडली, तर समाधान वाटेल. (माधवराव इच्छारामांना मिठीत घेतात. इच्छाराम आसूडाच्या वेदनेनं कळवळतात. माधवराव त्यांना सोडतात.)

माधवराव : पाहिलंस इच्छारामा. मनानं कितीही धाव घेतली, तरी पाठीवर पडलेल्या घावांची वेदना कमी होत नाही; पण तुला त्रास झाला याचं आता मला वाईट वाटत नाही.

रामशास्त्री : श्रीमंत!!

माधवराव : होय शास्त्रीबुवा! केव्हा केव्हा वाइटातूनही चांगलं निर्माण होतं. या अविवेकी वर्तनातूनच एक चिंता दूर झाली.

रामशास्त्री : कसली चिंता श्रीमंत?

माधवराव : नारायणाची! आमच्या अन्यायाबद्दल आमच्यावर न रागावता, आमचंच कल्याण चिंतणारे इच्छाराम आणि अन्याय दिसताच खुद्द आमचं मनगट धरणारे तुम्ही! तुम्हा दोघांच्या हाती नारायण सुखरूप आहे.

ढेरे : श्रीमंत, ते आमचं कर्तव्य आहे.

माधवराव : इच्छारामा! शास्त्रीबुवा! एवढी एकच चिंता आमच्या मनात वावरत होती. नारायणाचं वय लहान, स्वभाव संतापी. ते आणि काका दोघेही सारखेच. पानपतच्या पराभवानंतर नुकतीच दौलत बळ घेते आहे. यांना, दौलतीला जपायला हवं. आमचं कल्याण चिंतणारे तुम्ही, तुम्हा दोघांवर ही जोखीम सोपवून आम्ही निर्धास्त होऊ. नारायणाला आपला म्हणा.

रामशास्त्री :	जशी आज्ञा.
माधवराव :	आता ते चालणार नाही. मला वचन हवं.
	(माधवराव हात पुढे करतात. दोघेही त्यांच्या हातावर हात ठेवतात. माधवरावांच्या चेहऱ्यावर समाधान प्रकटतं. दुसऱ्याच क्षणी परत पोटावर हात जातो. चेहऱ्यावर वेदना प्रकटते.)
रामशास्त्री :	आपण विश्रांती घ्यावी.
माधवराव :	ती मिळू नये, म्हणून तर या वेदनेची जोड गजाननानं दिली आहे. सोसू आम्ही. आमची काही तक्रार नाही. सारे मनोरथ सिद्धीला गेले. पानपतच्या पराभवाचं अपयश धुऊन काढलं. निजाम-हैदरसारखे प्रबळ शत्रू दौलतीपुढे नमले. एक इच्छा होती, पण त्याची फारशी रुखरुख राहिलेली नाही. ती तुमच्या हातून पूर्ण होईल.
रामशास्त्री :	कसली इच्छा श्रीमंत?
माधवराव :	डोळे मिटण्याआधी पेशवाई कर्जमुक्त झाल्याचं पाहावं, असं वाटत होतं.
रामशास्त्री :	श्रीमंत! त्याचसाठी मी आलो होतो.
	(रामशास्त्री टाकलेलं बासन घेऊन येतात. माधवरावांच्या हाती देतात.)
रामशास्त्री :	हे आपलं म्हणावं.
माधवराव :	काय हे?
रामशास्त्री :	राज्याचे सर्व कर्जरोखे सोडवून आणले आहेत. नानांनी हे पुण्याहून पाठवून दिले आहेत.
	(माधवराव आनंदानं ते दप्तर छातीशी कवटाळतात.)
माधवराव :	आता कसलीही इच्छा राहिली नाही; पण नाना का आले नाहीत?
रामशास्त्री :	आपल्या आज्ञेनुसार नाना दादासाहेबांना घेऊन येतील.
माधवराव :	(नि:श्वास सोडतात. दप्तर मंचकावर टाकतात.) शास्त्रीबुवा, हा ज्वर आणि काका. दोघांची साथ आयुष्याला पुरली. एकानं शरीर पोखरलं, दुसऱ्यानं मन. शेवटी कटुता न राहावी म्हणून काकांना नजरकैदेतून सोडवून भेटायला बोलावलं.
रामशास्त्री :	श्रीमंत, दादासाहेबांच्या आजवरच्या कृत्यांवर आपणच पांघरूण घातलंत. त्यांना जपलंत.
माधवराव :	जपलं नाही; जपावं लागलं. आम्ही पेशवे बनलो, तेव्हा वय लहान. पानपतच्या पराभवानं खचलेली दौलत उदंड कर्जात

उभी होती. काका वयानं, मानानं मोठे. त्यांच्या संगती राजकारणी, मुरब्बी माणसं.

रामशास्त्री : हाच आपला जाणतेपणा आहे श्रीमंत. राज्यकर्ता विवेकानं, सावधानपणानं शोभतो. आपण हा संयम पाळला नसता, तर हे यश दिसण्याऐवजी भाऊबंदकीच्या कलहात राज्य बुडाल्याचं पाहणं नशिबी आलं असतं.

(त्याच वेळी नारायणराव प्रवेश करतात.)

माधवराव : (नारायणरावांना बैचेनपणे जवळ ओढीत) नारायणा, ऐकलंस ना? फार मोठी जबाबदारी तुमच्यावर आहे. हवं त्यांना दुखवा, पण काकांना दुखवू नका. त्यांचा अविवेक तुम्हाला सोसता येणार नाही.

(नाना प्रवेश करतात. त्यांचा चेहरा भीतिग्रस्त आहे.)

माधवराव : नाना, काय झालं?

नाना : श्रीमंत, आपल्या आज्ञेनुसार दादासाहेबांना नजरकैदेतून मोकळे करताच त्यांनी गैरसमज करून घेतला. हजार गारदी गोळा करून त्या शिबंदीसह दादासाहेब इकडे यायला निघालेत.

माधवराव : काय सांगता?

नाना : त्याची खबर लागताच, क्षणाचाही अवधी न करता मी पुढे आलो. आपण चिंता करू नये. साऱ्या छावणीला सज्ज राहण्याची ताकीद दिली आहे.

नारायण : हरामखोर! ही हिंमत. नाना, छावणीला सावधगिरीचा इशारा देऊ नका. थेऊरच्या परिसरात जे चालून येतील, त्यांची सर्रास कत्तल उडवा म्हणावं.

माधवराव : (संताप आवरीत) नारायणराव! (त्या करड्या हाकेबरोबर नारायणराव माधवरावांकडे पाहतात. दचकतात.) अद्यापि तुम्ही पेशवे झालेले नाही. आम्ही आहोत इथं.

नारायण : दादासाहेब, क्षमा असावी. आम्ही—

माधवराव : कसलाही प्रसंग आला, तरी व्यक्तीच्या मोहात पडून दौलतीकडे दुर्लक्ष करू नका. नाना, असेच जा, छावणीला सावध करा. काका गारद्यांसह सुखरूप आत येऊ देत. ते आत येताच चुपचापपणे सारे थेऊर वेढा. मंदिराबाहेर कडक नजर ठेवा. इथे काही अनुचित प्रकार घडला, तर मात्र कसलाही विचार न करता सर्वांची कत्तल करा. (नाना मान तुकवून त्वरेनं जातात.

माधवराव नारायणरावांकडे पाहतात.) काका येत आहेत. त्यांच्या स्वागताला जा. (नारायणराव जातात. माधवराव हताश होतात.) पाहिलंत! अंतकाळी कटुता न राहावी म्हणून काकांना नजरकैदेतून मोकळं केलं. त्या उपकाराची फेड ते अशी करीत आहेत.

रामशास्त्री : श्रीमंत, आपण गाफील राहू नये. सावध असावं.

माधवराव : सावध! कुणापासून? स्वतःच्या काकापासून? शत्रूचं अभय आणि स्वकीयांची भीती यासारखी लज्जेची गोष्ट ती कोणती? आमची काळजी करू नका. मृत्यूसाठी उतावळे झालेले आम्ही. तो आपणहून चालून येत आहे. आम्ही आनंदानं काकांच्या सामोरे जाऊ.

(चारी बाजूंनी टापांचा आवाज कानांवर येतो. माधवराव, इच्छारामपंत, रामशास्त्री एकमेकांकडे पाहत असता, राघोबादादा नागव्या तलवारीनं महालात प्रवेश करतात. इच्छारामपंत बाहेर जाण्याचा प्रयत्न करतात.)

राघोबा : (ओरडून) ढेरे! या महालाबाहेर कोणीही जिवंत राहणार नाही. बाहेर जाऊ नका. (इच्छारामपंत जागच्या जागी उभे राहतात. राघोबांची नजर माधवरावांकडे वळते.) माधवा...

माधवराव : या काका! आपलीच वाट पाहत होतो.

राघोबा : आम्ही एकटे आलो नाही. आमच्या संगती हजार गारद्यांची सोबत आहे.

माधवराव : तेही समजलं.

राघोबा : आता तेवढं समजून भागणार नाही. खूप समजून घ्यावं लागेल. तुमच्या पातकांचा घडा भरला माधवराव!

माधवराव : पातक? आणि आमचं?

राघोबा : काकाचा अधिकार ध्यानी न घेता, उतावळेपणे पेशवे बनलात. आमचं बळ न तोलता आम्हाला नजरकैद केलंत. आज त्याचा पुरा सोक्षमोक्ष लागेल.

माधवराव : आणि त्यासाठी नागव्या तलवारीने महालात आलात.

राघोबा : माधवा, या राघोभरारीची तलवार जेव्हा म्यानाबाहेर पडते, तेव्हा रक्त प्यायल्याखेरीज ती म्यान होत नाही.

माधवराव : मग थांबलात का? हा माधव तुमच्यासमोर उभा आहे. बेलाशक ती तलवार चालवा.

रामशास्त्री : (मध्ये जात) दादासाहेब! कसला हा अविचार. आपण श्रीमंतांचे

काका. वयानं, मानानं मोठे. आपणासारख्या पराक्रमी पुरुषानं असं वागून अपकीर्तीचा धनी होऊ नये.

राघोबा : कोण? रामशास्त्री! बाजूला हो! म्हणे राज्याचे न्यायाधीश. असं हे समजत असतील; पण पाणक्याच्या करवी भगवद्गीता शिकण्याला आम्हाला उसंत नाही. बाजूला हो!

रामशास्त्री : दादासाहेब! आम्हाला हवा तो बोल लावा. आपल्या खड्गाला रक्ताचीच तृष्णा असेल, तर बेशक आमची गर्दन मारा, पण संतापाच्या भरात अविवेकाची पावलं टाकू नका. ती पावलं घात केल्याखेरीज राहणार नाहीत... दादासाहेब! वेळ कोणची हे ध्यानी घ्या.

राघोबा : कसली वेळ?

रामशास्त्री : श्रीमंतांची प्रकृती विकोपाला गेली आहे. स्पष्ट सांगावं लागतं. वैद्यांनी सारी आशा सोडली आहे. अशा वेळी आपल्या भेटीसाठी डोळ्यांत प्राण आणून वाट पाहत असता तळपत्या तलवारीनिशी यावं, सुखानं मरूसुद्धा देऊ नये?

राघोबा : त्यांच्या कर्माची फळं. त्याला आम्ही काय करणार?

माधवराव : शास्त्रीबुवा! त्यांची वाट सोडा. (रामशास्त्री दूर होतात.) काका, उचला ती तलवार. तुमच्या हातून मृत्यू आला, तर समाधानच आहे. आत्महत्येचं पातक टळेल. राज्याची चिंता दूर होईल. (त्याच वेळी नारायणरावांना पकडून दोन हशम आत येतात. ते पाहून माधवराव संतप्त होतात. राघोबा हसतात.)

राघोबा : कुठे सापडले हे?

हशम : देवळाच्या मागून पळून जात होते...

नारायण : खबरदार खोटं बोलाल तर! पळून जाता येऊ नये म्हणून देवळाच्या मागून...

माधवराव : नारायणराव! बोलू नका...

राघोबा : (संशयानं) काय झालं? ... काय चाललंय?

रामशास्त्री : दादासाहेब! मुकाट्यानं तलवार म्यान करा. त्यात आपलं हित आहे.

राघोबा : आमचं हित?

रामशास्त्री : खेळ संपला दादासाहेब. नुसत्या तलवारी गाजवून पेशवे होत नसतात. पेशवे होणाऱ्याच्या ठायी मुत्सद्देगिरी, द्रष्टेपण असावं लागतं. काळाचा अचूक अंदाज ध्यानी घ्यावा लागतो.

राघोबा	:	कसला अंदाज? ही बकवास बंद करा.
रामशास्त्री	:	तेच सांगावं लागतं दादासाहेब. आवाज बंद. आपण हजार गारदी घेऊन आलात खरं, पण जेथे पेशव्यांचं वास्तव्य असतं, ती जागा संरक्षित असते, हे कसं आपल्या ध्यानी आलं नाही? आता या क्षणी तीस हजारांची छावणी थेऊरभोवती विखुरली आहे. या ठिकाणी काहीही अनुचित प्रकार घडला, तर आपल्यासकट आपल्या सर्व अनुयायांची कत्तल करण्याची आज्ञा श्रीमंतांनी आधीच दिलेली आहे.
राघोबा	:	माधवा, हे खरं?
माधवराव	:	ते तुम्ही पारखून घ्यावं. (नारायणरावांना धरलेल्या हशमांना) त्यांना सोडा. भावी पेशव्यांवर पडणारे हात कलम केले जातात. (हशम नारायणरावांना सोडतात. नारायणराव माधवरावांना बिलगतात. नाना फडणीस येतात.)
नाना	:	श्रीमंत, आपल्या हुकुमानुसार सर्व गारदी वेढले गेले आहेत.
राघोबा	:	गारदी वेढले गेले?
		(माधवराव हसतात. होकारार्थी मान डोलावतात. घाबरलेल्या अवस्थेत राघोबा माधवरावांकडे पाहतात. माधवराव नारायणरावांकडे पाहतात.)
माधवराव	:	नारायणराव, तुम्ही बाहेर जा. गारद्यांच्या बाबतीत कसलंही गैरवर्तन होत नाही, हे जातीनं पाहा. (नारायणराव हशमांसह निघून जातात.)
माधवराव	:	काका, थांबलात का? असेल हिंमत तर उचला ती तलवार. (राघोबांच्या हातून तलवार गळून पडते)
राघोबा	:	माधवा, तुझ्या मनात काय आहे?
माधवराव	:	आमच्या मनात काय आहे? गाढवावर बसवून पुण्याच्या भररस्त्यावरून तुमची मिरवणूक काढावी; गावच्या वेशीवर तुमची पूजा बांधून तुम्हाला सन्मानाने पुण्याबाहेर घालवावं.
रामशास्त्री	:	श्रीमंत!
माधवराव	:	घाबरू नका शास्त्रीबुवा! यांनी विचारलं म्हणून मनातली गोष्ट सांगितली. ते धैर्य आमच्यात नाही, नव्हतं. (पडलेली तलवार राघोबांच्या म्यानात सरकवतात.)
राघोबा	:	माधवा, मी चुकलो रे!
माधवराव	:	काका! असलं वर्तन परत करू नका. लक्षात ठेवा. शत्रूवर

		धरायची धार ज्या दिवशी स्वकीयांवर धराल, त्या दिवशी हाती असलेलं सारं यश गमावून बसाल. काका, कधी ही तुमची तलवार स्वकीयांच्या रक्तानं बदफैली बनवू नका.
राघोबा	:	नको माधवा, बोलू नको. मला क्षमा नको. मला हवी ती शिक्षा दे.
माधवराव	:	केलेली विनंती कधी ऐकली नाहीत. निदान दिलेली शिक्षा तरी पाळा.
राघोबा	:	बोल माधवा... हवी ती शिक्षा सांग. मी आनंदानं भोगेन.
माधवराव	:	नारायणाला आपलं म्हणा. जपा. त्यांना पेशवे बनवून तुम्ही कारभार करा.
राघोबा	:	माधवा...
माधवराव	:	थांबलात का? काका, माझ्या मनात काही नाही. एवढी एकच इच्छा... (राघोबा काही बोलत नाहीत.)
रामशास्त्री	:	दादासाहेब, श्रीमंत आपल्यावर रागावले असतील, प्रसंगी टाकून बोलले असतील. अपमानही झाला असेल. सारं विसरून...
माधवराव	:	(वेदनेनं कासावीस होतात. छातीवर हात जातो.) काका, माझा राग या निष्पाप लेकरावर काढू नका. घराण्याची अब्रू राखा... काका, नारायणाला आपलं म्हणा...
रामशास्त्री	:	दादासाहेब...
राघोबा	:	माधवा, चिंता करू नकोस. नारायण माझा आहे... माझा आहे.
माधवराव	:	गजानना... दरवाजे उघडले... गजानना... गजाऽऽऽ (छातीवर हात ठेवतात. इच्छारामपंत, रामशास्त्री धावतात. माधवरावांना सावरीत असता माधवराव ढासळतात...)

(प्रवेश पहिला समाप्त)

प्रवेश दुसरा

स्थळ : *गणेश महाल (दरबार)*
(दरबार-महालात नारायणराव उभे आहेत. त्यांच्या रूपसंपन्न पत्नी गंगाबाई प्रवेश करतात. त्यांना पाहून नारायणरावांच्या चेहऱ्यावर स्मित प्रकटतं.)

गंगा	:	आपण बोलावलंत?
नारायण	:	या. आम्ही आपलीच वाट पाहत होतो. आमच्या बोलावण्यामुळे आपल्या कार्यात व्यत्यय तर आला नाही ना?
गंगा	:	व्यत्यय कसला? पण आश्चर्य जरूर वाटलं.
नारायण	:	आश्चर्य?
गंगा	:	का वाटू नये? जेथे दरबार भरायचा, त्या गणेश महाली आम्हाला बोलावलं. याचं आश्चर्य नाही का वाटणार?
नारायण	:	अगदी खरं. हा गणेश महाल म्हणजे पेशव्यांच्या दरबाराची जागा. इथून मोहिमांचे फतवे निघाले. इथे राजकारणातले मनसुबे ठरले. जय-पराजयाच्या वार्ता याच ठिकाणी ऐकल्या. आजवर अनेक पराक्रमी वीरांचा सन्मान येथे झाला असेल; पण कोणा पेशव्याने आपल्या सौभाग्यवतींना इथे सन्मानित केले नसेल.
गंगा	:	सन्मान? आमचा? आणि तो कशासाठी?
नारायण	:	सन्मान तुमचा! ज्या निष्ठेने तुम्ही आम्हाला सोबत करता त्या निष्ठेला बांधून ठेवण्यासाठी.
गंगा	:	आज स्वारी भलतीच खुशीत दिसते!
नारायण	:	का असू नये? आपल्याला कमरपट्टा शोभून दिसतो हे आमच्या केव्हाच ध्यानी आलं होतं. आपल्यासाठी एक सुबक, मौल्यवान कमरपट्टा असावा असं आमच्या मनात होतं. तो आज आमच्या हाती आला. (मंचकावरचा कमरपट्टा हाती घेतात.) आता हा पट्टा आपल्या हाती सुपूर्द करताना दरबाराइतकी योग्य जागा कुठली? इथंच तुमचा सन्मान व्हायला हवा. (पट्टा गंगाबाईच्या हातात देतात. गंगाबाई पट्टा पाहत असते.)
नारायण	:	आवडला?
गंगा	:	पट्टा खरंच चांगला आहे; पण...
नारायण	:	(हसू विरते. कपाळी आठ्या पडतात.) पण काय?
गंगा	:	रागावू नये... पण हा पट्टा मला घालता येणार नाही.
नारायण	:	(संतापाने) पट्टा घालता येणार नाही? घालावा लागेल! आम्ही एवढ्या हौसेने दिलेली वस्तू आपल्याला परिधान करावीच लागेल.
गंगा	:	ऐकावं तरी...
नारायण	:	काही ऐकायची गरज नाही. पतीच्या आनंदात कसं समरस व्हावं, हे तुम्हा बायकांना कळतच नाही.

गंगा : तेच म्हणते मी. (लाजते) कोणता दागिना कोणत्या वेळी द्यावा, हे तुम्हा पुरुषांना कळतच नाही.

नारायण : (आश्चर्याने) काय म्हटलंत?

गंगा : (अधिक संकोचाने, खाली पाहत) आणखीन काही महिने हा पट्टा मला वापरता येणार नाही.

(नारायणराव चकित होतात. आनंदतात. गंगाबाईच्या जवळ जाऊन त्यांची हनुवटी उंचावत ते विचारतात.)

नारायण : खरं?

गंगा : (लज्जेने हनुवटी सोडवून घेत, होकारार्थी मान हलवतात. नारायणराव आनंदाने हसतात. गंगाबाईच्या नजीक जातात. गंगाबाई मागे सरतात.) हे काय? कोणी येईल ना?

नारायण : आपण इथं असता कोण येतं! ते जाऊ दे; पण लक्षात ठेवा. आपल्याला गजानन कृपेने मुलगा झाला, तर त्याचं नाव दादांचं ठेवा. त्याला सवाई माधवराव बनवा. अशा वेळी या घरात तुमचं कौतुक करायला कोणीतरी हवं होतं. मातोश्री गंगापूरला आणि काकीसाहेबांचा स्वभाव तो तसा...

गंगा : असं का म्हणायचं! कौतुक नसतं तर हा पट्टा कसा आला असता.

नारायण : (पट्टा हाती घेतात.) आता या पट्ट्याची गरज नाही. (पट्टा फेकतात.) आता आपल्याला जपायला आमचे हातच हवेत. (नारायणराव गंगाबाईंकडे जातात. त्याच वेळी सेवक अवतरतो.)

सेवक : बाईसाहेब (म्हणत आत येतो. दोघांना पाहून थबकतो, दोघे अति संकोचाने दूर होतात. नारायणराव क्रोधयुक्त होतात.)

नारायण : कोण! शरम नाही वाटत एकदम आत यायला?

सेवक : चुकलो सरकार...

गंगा : मीच त्याला सांगितलं होतं...

नारायण : त्याची तरफदारी करू नका. हेच चाललंय अलीकडे. कोणीही उठावं, कुठेही जावं. खबरदार पुन्हा असलं वर्तन घडलं तर. तोफेच्या तोंडी दिलं जाईल. गय केली जाणार नाही.

(सेवक जातो.)

या तुमच्या सेवकांना तुम्ही शिस्त लावायला हवी.

(गंगाबाई हसतात.)

हसायला काय झालं?

(मागे वळून पाहतात तो रामशास्त्री आत आलेले असतात.
त्यांना पाहून नारायणराव गोंधळतात.)

गंगा : शास्त्रीबुवा दुसरे. त्यांना कोणती शिक्षा देणार?

नारायण : मंडळी! (नारायणराव रामशास्त्र्यांच्या नमस्काराचा स्वीकार करतात)
या शास्त्रीबुवा...

रामशास्त्री : श्रीमंत, आमचं काही चुकलं का?

गंगा : खूप चुकलं शास्त्रीबुवा. (गंगाबाई रामशास्त्र्यांच्या पाया पडतात.
रामशास्त्री आशीर्वाद देतात. 'पुत्रवती भव')

नारायण : सांगा.. असेल हिंमत तर आमच्या चहाड्या सांगा...
आम्हीही शास्त्रीबुवांनी दिलेल्या आशीर्वादा...

गंगा : (डोळे वटारत) भलतंच काहीतरी...

रामशास्त्री : काय झालं वहिनीसाहेब?

गंगा : काही नाही. सेवकाची चूक झाली आणि स्वारी त्याला तोफेच्या
तोंडी द्यायला निघाली.

रामशास्त्री : त्यात आश्चर्य कसलं वहिनीसाहेब! श्रीमंत पेशवे आहेत, ते हवे
त्याला तोफेच्या तोंडी देतील वा वस्त्रहरण करतील.

नारायण : शास्त्रीबुवा...

रामशास्त्री : श्रीमंत! मी खरं तेच बोललो. खुद्द पेशवे राहतात त्या पुण्यात
आज कुणाच्या अब्रूला अर्थ राहिलेला नाही. मग दौलतीत काय
परिस्थिती असेल.

नारायण : काय सांगता शास्त्रीबुवा...!

रामशास्त्री : दर बुधवारी या पुण्यात गुलामांचा व्यापार चालतो.

नारायण : आम्ही ऐकलंय.

रामशास्त्री : नुसतं ऐकून चालणार नाही. श्रीमंत, एकदा तो बाजार उघड्या
डोळ्यांनी पाहा. माणसानं माणसाला विकावं या इतकी घृणास्पद
गोष्ट नाही. भरदिवसा एखादं जनावर पारखलं जावं, तशी
माणसं पारखली जातात.

नारायण : पण हे असंच चालतं.

रामशास्त्री : क्षमा श्रीमंत! आपण पेशवे म्हणून जन्माला आलात म्हणून हा
रिवाज बोललात. दास म्हणून उभा राहण्याची वेळ आली
असती, तर हे शब्द एवढ्या सहजपणे उच्चारले गेले नसते.

नारायण : शास्त्रीबुवा, हे कुणापुढे बोलता?
(त्याच वेळी रागावलेले राघोबादादा चिंतो विट्ठल, तुळोजीसह

प्रवेश करतात. गंगाबाई व नारायणराव नमस्कार करतात. रामशास्त्री नमस्कार करतात; पण तिकडे न पाहता राघोबा सरळ नारायणरावांकडे जातात.)

राघोबा : नारायणराव, तुम्ही पेशवे, सत्ता कुणाची? तुमची की...

नारायण : सत्ता कुणाची हे सांगावं लागत असेल, तर त्याचा उच्चार न केलेला बरा; पण एवढं विकोपाला जायला काय झालं काका?

राघोबा : काय झालं? काय व्हायचं राहिलंय हे विचारा! आम्ही राजरोसपणे बटीक खरीदली होती. तिला तुमच्या रामशास्त्र्यांनी पळवून नेऊन घरात आश्रय दिला.

रामशास्त्री : दादासाहेब, श्रीमंतांना आपण सर्व प्रसंग सांगावा हे उचित; नाहीतर तो मला त्यांच्या कानी घालावा लागेल.

राघोबा : भितो काय सांगायला! आम्ही खरीदलेली बटीक वाड्याकडे आणत असता, तिने रामशास्त्र्यांच्या घरात शिरकाव केला. आमच्या माणसांनी ती बटीक आमची आहे म्हणून सांगितलं, पण ते ऐकूनही रामशास्त्र्यांनी आमच्या माणसांना घराचे दरवाजे बंद करून घेतले.

नारायण : शास्त्रीबुवा, हे खरं?

रामशास्त्री : खरं आहे श्रीमंत. ती भीतिग्रस्त बटीक आमच्या घरी आश्रयाला आली. तिला आश्रय देणं आमचं कर्तव्य होतं; पण तेवढ्यावरच हा प्रकार थांबला नाही.

चिंतोविठ्ठल : कसा थांबणार! मी होतोच ना बरोबर. मी रामशास्त्रींची बटकीला सोडण्याबाबत मिन्नत केली. जेव्हा ते ऐकेनासे झाले, तेव्हाच बळजबरीने घरात प्रवेश करून बटकीला फरफटत बाहेर काढावी लागली.

रामशास्त्री : चिंतो विठ्ठल, भररस्त्यात तो तमाशा करताना तुम्हाला काही वाटलं नाही; पण पेशवे दरबारचा न्यायाधीश असूनही एका असहाय बटकीला मी आश्रय दिला नाही, याची मला अतोनात खंत वाटते.

तुळोजी : सरकार, म्या सांगितलं व्हतं, शास्त्रीबुवा, तुमी यात पडू नगा. लई दूरवर ही खबर जाईल. तसं शास्त्रीबुवांनीच डोईला पगडी चढवली आनी घराबाहीर पडलं.

रामशास्त्री : श्रीमंत, त्याचसाठी मी आपल्याकडे आलो होतो.

राघोबा : भले. अस्वलाच्या आधी दरवेशाची आरोळी! खासा न्याय आहे.

नारायणा, स्पष्ट सांगतो. पायीची वहाण पायीच ठेवावी. माधवाच्या वेळी यांनी असेच कान फुंकले आणि यांचं ऐकून माधवनं राज्यातील वेठबिगार बंद केली. आज पडल्या प्रसंगी एक माणूस मिळणं कठीण झालं आहे.

रामशास्त्री : श्रीमंतांना मोल देऊन मजूर घेणं कठीण वाटत असेल, तर गरिबाला फुकट राबताना कोण यातना होत असतील.

राघोबा : (संतापाने रामशास्त्र्यांकडे वळतात.) हं! हे पुराण कीर्तनाच्या वेळी तुळशीबागेत, नाहीतर जोगेश्वरी मंदिरात ऐकवा. सवड असली तर आम्ही ते ऐकू.

रामशास्त्री : दादासाहेब, जेथे देव आहे तेथे कीर्तनाची काय गरज? खरी कीर्तनाची गरज आहे ती घरात; पण देवळात कीर्तन आणि घराघरांतून तमाशा उभारला गेला याची खंत कोणालाच वाटेनाशी झाली आहे.

राघोबा : तमाशा? कुठं काय बोलावं याचंही भान राहिलं नाही!

रामशास्त्री : त्याची सत्यता बघायची आहे? (टाळी वाजवतात. सेवक येतो.) घेऊन या त्या बटकीला. (सारे चकित झाले असता, केस सुटलेली, वस्त्रे विस्कटलेली तरुण बटीक आत येते. तिची दयनीय अवस्था पाहून नारायणराव तिच्याकडे पाठ करतात.)

रामशास्त्री : स्त्रीची विटंबना पाहून पेशवे डोळे मिटून घेतात, पाठ फिरवतात हे आमचं भाग्य आहे.

(गंगाबाई पुढे होतात. आपल्या अंगावरची शाल बटकीच्या पाठीवर घालतात. तिला घेऊन बाजूला होतात.)

रामशास्त्री : बोला दादासाहेब! भर बाजारी माणसानं माणसांचा बाजार करावा; उघड्या रस्त्यात स्त्रीची विटंबना व्हावी हे शोभतं का?

चिंतो : गल्लत होते शास्त्रीबुवा! ही माणसानं माणसाची केलेली विटंबना नाही. बटकीच्या गुन्ह्याबद्दल मालकाने दिलेली ती शिक्षा आहे. खरीदलेल्या बटकीला हवं तसं वागविण्याचा मालकांना पूर्ण अधिकार आहे.

रामशास्त्री : चिंतो विठ्ठल, द्रौपदीवस्त्रहरणाच्या प्रसंगी दुर्योधन असंच काहीतरी म्हणाला होता. एका स्त्रीची भरदरबारी विटंबना झाली आणि त्या पापास्तव महाभारत घडलं.

राघोबा : धर्माचा आधार कोणीही आणि केव्हाही घ्यावा. मग गोपींची वस्त्रे हरण करणारे, सोळा सहस्र गोपी बाळगणारे श्रीकृष्ण

आपल्या मते दोषीच ठरतील.

रामशास्त्री : (खिन्नपणे हसतात.) दादासाहेब, श्रीकृष्णाचा आधार कशाला घेता! गोपींचं वस्त्रहरण केलं, तेव्हा त्यांचं वय आठ वर्षांचं होतं. निर्व्याज मनानं केलेली ती बालक्रीडा होती. त्याच श्रीकृष्णांनी द्रौपदीला वस्त्रे पुरवली ना? कंसाचं पारिपत्य करून, नरकासुराच्या कारावासातील सोळा सहस्र नारी मुक्त केल्या. एवढेच नव्हे, तर त्यांचा स्वीकार करताना, त्यांना लाक्षणिक राजमान्यता देऊन, त्या अबलांना समाजात मानाचं स्थान प्राप्त करून दिलं, तो कृष्ण! उन्मत्त कालियाच्या फड्यावर थयथय नाचणारा आणि पुतनेच्या स्तनातील जहर तिच्या प्राणासह शोषणारा तो कृष्ण! त्या भगवान श्रीकृष्णाच्या गुणांपैकी एखादा तरी गुण, त्याच्या देदिप्यमान पराक्रमांपैकी एखादा तरी पराक्रम आधी अंगी बाणवावा. मगच श्रीकृष्णांनी गोपींची वस्त्रे पळवली हे आठवून बटकीच्या वस्त्राला हात घालावा. कुब्जेलाही सुंदर बनविणारा तो कृष्ण कुठे आणि क्षुद्र भोगापायी माणसांचे गुलाम करणारे उमराव कुठे?

नारायण : शास्त्रीबुवा, तुम्ही म्हणता त्यावर जरूर विचार व्हायला हवा.

रामशास्त्री : श्रीमंत, समाज विचारानं बदलत नसतो, तो बदलतो आचरणानं.

राघोबा : आचरण! ते तुम्हीच पाळत नाही. रावसाहेब, तुम्हाला माहीत नसेल, नुसता बटकीच्या बाजाराचा हा मामला नाही. रामशास्त्री धर्मसुद्धा बदलू पाहत आहेत.

नारायण : धर्म?

राघोबा : हो! हे आता विधवा-पुनर्विवाहास मान्यता देऊ लागलेत. यापरता भ्रष्टाचार नाही.

नारायण : शास्त्रीबुवा, आम्ही हे काय ऐकतो?

रामशास्त्री : ते सत्य आहे! धर्मसभेत एका स्त्रीनं आम्हाला विचारलं. पुरुषांनी हवे तेवढे विवाह करावेत, रखेल्या ठेवाव्यात हे धर्ममान्य. मग स्त्रीच्याच भाळी पती जाताच केशवपन करून, विद्रूप होऊन जगण्याचे का यावे?

नारायण : आपण काय सांगितलंत?

रामशास्त्री : मी सांगितलं, की पुरुषांनी धर्मशास्त्र लिहिल्यामुळे हा दोष राहिला. स्त्रीने लिहिले असते, तर हा दोष राहिला नसता.

नारायण : शास्त्रीबुवा, तुम्ही असं सांगितलंत?

रामशास्त्री : श्रीमंत, आपला धर्म विशाल आहे; पण आपण जेवढा सोयीस्कर तेवढाच उचलला. पतीनिधन झाल्यानंतर कोवळ्या, अश्राप मुलीनं केशवपन करून उभं आयुष्य कंठावं हा धर्म नव्हे. पुनर्विवाहास शास्त्राधार आहे, पण तो पाहतोय कोण? प्रचलित कायदा प्रजापालनाला पुरेसा पडत नसेल, तर तो बदलणे जसं इष्ट आहे, तशाच धर्ममर्यादाही! त्यांच्या कक्षा विशाल व्हायला हव्यात.

राघोबा : ऐका! यांचं शहाणपण ऐका! विधवा विवाह! हरहर! यापेक्षा भ्रष्टाचार तो कोणता? ते काही नाही; यांना पायबंद बसायलाच हवा. नारायणा, तू यांचं काही ऐकू नको. एक वेठबिगार बंद झाली तेवढं पुरे झालं. आता गुलामांचा व्यापार बंद झाला, तर केवढा अनर्थ होईल. दास नसले तर कसं चालेल? नाटकशाळा ओस पडतील.

रामशास्त्री : असलं पाप घरोघरी नांदण्यापेक्षा महाल ओस पडलेले बरे.

राघोबा : तुम्ही हेच बोलणार! हाती पळीपंचपात्र घेऊन आलेले भिक्षुक तुम्ही. तुम्हाला राजाचं ऐश्वर्य काय कळणार? शास्त्रीबुवा, ऐश्वर्यसंपन्न घरे दासदासींनीच शोभतात. शोभून दिसतात.

रामशास्त्री : बल प्रजारक्षणार्थ धर्मार्थ कोशसंग्रह।

चिंतो : काय... काय म्हटलंत?

रामशास्त्री : राजाचा कोशसंग्रह हा सैन्य, प्रजा आणि धर्म यांच्या रक्षणार्थच असतो. कायदा-सुरक्षितता आणि प्रजारक्षणार्थ सैन्यबल आणि न्याय, नीती, शुद्ध आचरण यासाठी धर्म. राज्याचे हेच खरे आधार.

राघोबा : हा पेशव्यांच्या राजसभेचा उपमर्द आहे.

रामशास्त्री : राजसभा! ही? यापेक्षा राजसभेची विटंबना ती कोणती? परस्त्रीला मातेचा मान देणाऱ्या शिवछत्रपतींच्या राज्यात पेशव्यांनी मातेला बटीक बनविण्यासाठी बळ खर्चावं? खोट्या ऐश्वर्याच्या दिमाखासाठी गुलामांच्या, बटकींच्या राबत्यांनी घरे भ्रष्ट करावी? भररस्त्यात एका अबलेची विटंबना होते आणि त्या कृत्याची लाज न वाटता, त्याच्या समर्थनार्थ दरबारी मान्यवर राजसभेकडे धाव घेतात? धिक्कार असो त्या मान्यवरांचा आणि ते उघड्या डोळ्यांनी पाहणाऱ्या राज्यकर्त्यांचा.

राघोबा : हा आमचा अपमान आहे. रामशास्त्री नि:स्पृह असतील, न्यायाधीश

असतील, म्हणून त्यांनी न्यायसीमा उल्लंघणं बरं नव्हे.

रामशास्त्री : न्यायसीमा!

राघोबा : हां! गुलामांचा व्यापार कायदेशीर आहे. या बटकीचा तीन वेळा लिलाव पुकारला गेला आहे. आमच्या माणसांनी तिला खरीदली आहे. हा व्यवहार धर्ममान्य, राजमान्य आहे.

रामशास्त्री : प्रचलित कायदा प्रजापालनाला पुरेसा पडत नसेल, तर तो कायदा बदलणं इष्ट.

चिंतो : हो! पण तो अधिकार आपला नव्हे. पेशव्यांनाच तो अधिकार आहे. असेल त्या कायद्याचा अंमल करणं एवढंच आपल्या हाती आहे.

राघोबा : आम्हाला तेच म्हणायचं होतं.
(रामशास्त्री काही बोलत नाहीत.)

नारायण : शास्त्रीबुवा, स्तब्ध का? बोला?

रामशास्त्री : कटू असलं, तरी चिंतो विठ्ठलांनी सत्य सांगितलं आहे. ते मान्य करणं भाग आहे.

राघोबा : (हसतात) परत असली गल्लत करत जाऊ नका शास्त्रीबुवा! चिंतोपंत, पाहता काय. या दासीची आमच्या महाली रवानगी करा. (चिंतो विठ्ठल पाऊल पुढे टाकतो.)

चिंतो : ए बटकी! मुकाट्यानं चल. नाहीतर केसाला धरून फरफटत न्यावं लागेल.
(बटकी भीतियुक्त नजरेने, काकुळतीने गंगाबाईचे पाय धरते.)

गंगा : खबरदार! कोणी पाऊल पुढे टाकील तर!

चिंतो : पण वहिनीसाहेब! दादासाहेबांनी तिला खरीदली आहे. दादासाहेबांच्या मर्जीवरच तिला यापुढे जगावं लागेल.

गंगा : शास्त्रीबुवांना मर्यादा सांगितलीत तेवढं खूप झालं. आम्ही पेशव्यांच्या पत्नी आहोत. आमच्या खांद्यावरची शाल हिला पांघरली, त्याच वेळी आमचं अभय तिला मिळालेलं आहे.

राघोबा : (संतापाने) हा आमच्या प्रतिष्ठेचा प्रश्न आहे.

गंगा : आम्हीही तेच समजतो.

राघोबा : नारायणा, आम्ही हे सहन करणार नाही.

नारायण : काका, कायद्याच्या बळावरच ही प्रतिष्ठा बोलून दाखवता ना? प्रचलित कायद्यात प्रजा सुखी होत नसेल, तर त्यासाठी आम्ही आनंदाने कायदे बदलू. कायदाच हवा?

(नारायणराव हातातील मुद्रा काढतात. मसनदीजवळ जाऊन तेथल्या कागदावर मुद्रा उठवतात. राजमुद्रेचा तो कागद रामशास्त्र्यांच्या हाती देतात.)

नारायण : शास्त्रीबुवा! हा घ्या आमच्या मुद्रेचा हुकूम. यापुढे आमच्या भूमीत गुलामांचा व्यापार होणार नाही, अशी आमची आज्ञा लिहा.
(रामशास्त्री चकित होऊन तो कागद पाहत असतात. अवाक झालेले राघोबा संतापतात.)

राघोबा : कोऱ्या कागदावर पेशवे राजमुद्रा करू लागले. हद्द झाली. असला पोरखेळ पाहायला आम्हाला उसंत नाही. चिंतोपंत, चला... इथं क्षणभरही थांबण्याची आमची इच्छा नाही.
(राघोबा पाठ फिरवतात. एक पाऊल टाकतात. तोच नारायणरावांचा करडा आवाज उठतो.)

नारायण : रघुनाथराव बल्लाळ! खबरदार, एक पाऊल पुढे टाकाल तर. आम्ही म्हणजे दादासाहेब नव्हे. पेशव्यांचा असा उपमर्द करू धजाल, तर नातं ध्यानी न घेता जागच्या जागी गर्दन मारली जाईल.
(राघोबा वळतात. सावरतात.)

राघोबा : (अस्वस्थपणे) क्षमा श्रीमंत. आम्ही येतो.
(राघोबा दोन पावले मागे जाऊन वळतात. चिंतोपंत पाठ न दाखविता अखेरपर्यंत तसाच माघारी जातो. तुळोजी मुजरा करून अनुकरण करतो. बटीक गंगाबाईंच्या पायाशी बसलेली असते. आनंदलेली असते. तिच्या केसावरून गंगाबाई हात फिरवतात.)

गंगा : मुली, तुझं नाव?

बटीक : गुणी... गुणवंता!

गंगा : गुणी... आजपासून तू मोकळी आहेस.

गुणी : सरकार, मी जाऊ कुठं? मला कोणी नाही.

नारायण : मुली, असं म्हणू नको. तुझ्या पाठीवर यांनी मायेची शाल पांघरली, तेव्हाच तुझं पोरकेपण संपलं. त्याच तुझा कैवार घेतील. निश्चिंत मनानं त्यांच्याबरोबर जा.
(गंगाबाई मुलीला घेऊन निघून जातात. नारायणराव रामशास्त्र्यांकडे पाहतात.)

नारायण : शास्त्रीबुवा, तुमच्यामुळे बिचारी विटंबनेतून वाचली.

रामशास्त्री : श्रीमंत, बटकीचा व्यापार बंद झाला याचा आनंद आहे, पण...

नारायण : पण काय?

रामशास्त्री : (कागद पुढे करतात.) श्रीमंत, आपण दिलेला हा राजमुद्रेचा कागद इथे ठेवून जात आहे. आज्ञा लिहून पाठवावी. त्याचा अंमल केला जाईल.

नारायण : शास्त्रीबुवा, आमचं काही चुकलं का?

रामशास्त्री : क्षमा असावी श्रीमंत. दादासाहेब म्हणाले ते अगदी खोटं नव्हतं. त्याचबरोबर दादासाहेबांना एवढं दुखवायला नको होतं. श्रीमंत, सात्त्विकतेच्या संतापालाही विवेकाच्या मर्यादा हव्यात.

नारायण : पण त्यांनीच आमचा अपमान...

रामशास्त्री : त्याचा संताप वेगळ्या पद्धतीने व्यक्त करता आला असता.

नारायण : तुम्हाला खरं सांगितल्याविना राहवत नाही. काकांना पाहिलं, तरी आमचा मस्तकशूळ उठतो. आयुष्यभर यांनी दादांना छळलं. दादा गेले. आम्ही यांना नजरकैदेतून मोकळं केलं आणि त्याचं फळ काय मिळालं? आम्ही गंगापूरला मातोश्रींच्या भेटीस्तव गेलो असता, यांनी माघारी बंडावा केला. त्या वेळी सावधगिरी दाखवून नारो आप्पाजी तुळशीबागवाले यांनी शहराची नाकेबंदी केली म्हणून बरं. त्या वेळी आमच्या कोपातून काका वाचले ते तुमच्यामुळे. नजरकैदेवरच सुटका झाली.

रामशास्त्री : त्यांनी आततायीपणा केला, म्हणून आपण करणं समर्थनीय नाही. भावनेआहारी जाऊन, कोऱ्या कागदावर राजमुद्रा देण्यासारखं झालं असतं ते.

नारायण : आम्हाला वाटलं, तुम्ही आमचं कौतुक कराल.

रामशास्त्री : मनाला जरूर वाटलं; पण बुद्धीला ते पटलं नाही. अशा कोऱ्या कागदावर पेशवे मुद्रा उठवू लागले तर...

नारायण : पण त्यामुळे अन्याय दूर झाला ना?

रामशास्त्री : आपल्याला स्मरत नसेल, तर स्मरण देतो. आपण परभांना तळघरात कोंडून त्यांच्याकडून सक्तीने नऊ कलमी फतवा लिहून घेतलात ना? प्रभूंना वेदोक्त धर्माचे अधिकार नाहीत. वैदिक कर्में त्यांना करता येणार नाहीत, हा आपणच फतवा काढलात ना?

नारायण : शास्त्रीबुवा, हा दोष आमचा नाही. प्रभू ग्रामण्याबाबत गंगापूरहून मातोश्रींचा निरोप आला, की प्रभूंचा कडक बंदोबस्त करावा.

रामशास्त्री : आणि त्याबरोबर आपण प्रभूंच्या विरुद्ध फतवा काढलात!

आपली मातृभक्ती उजाळून निघाली.

नारायण : शास्त्रीबुवा...

रामशास्त्री : क्षमा असावी श्रीमंत! स्पष्ट बोलल्याविना राहवत नाही. रास्ते प्रकरणात श्रीमंत माधवरावांनी न्यायदानापोटी आपल्या मातेचा वियोग आयुष्यभर सहन केला. त्याचं विस्मरण एवढ्यात झालं?

नारायण : (गडबडतात) ते नानांना विचारा... त्यांनी सांगितलं म्हणून आम्ही निशाणी दिली.

रामशास्त्री : निशाणी म्हणजे तुळशीपत्र नव्हे, मागेल त्याला वाटायला. आज तुमच्या या हुकमापायी सारी प्रभू जमात आपल्या विरुद्ध संतप्त झाली आहे. श्रीमंत, राज्यकर्त्यांच्या ठायी असला बेजबाबदारपणा योग्य नव्हे. आपण सही-निशाणी द्याल त्या कागदावरच्या मजकुराचीही जबाबदारी आपलीच असते.

नारायण : शास्त्रीबुवा, आमचं चुकतं हे खरं. आम्ही नाही म्हणत नाही; पण त्याला आमचा इलाज नाही. हे असंच चुकत राहणार.

रामशास्त्री : श्रीमंत...

नारायण : शास्त्रीबुवा, (नारायणराव शास्त्रीबुवांच्या जवळ जातात.) लोक आम्हाला शीघ्रसंतापी, उतावळे, असंयमी समजतात; पण ते तेवढं खरं नाही. आम्हाला खूप भीती वाटते. या नऊ मजली प्रचंड वाड्यात सदैव कुजबूज चालू असते... पावसाळ्यात, गार वाऱ्याच्या झोताने खिडक्यांची बिजागरी करकरायला लागावीत, तशी करकर या वाड्यात अखंड ऐकू येते. सारे कसला तरी कट करताहेत असं वाटतं. परवा आम्ही दरबारातून येत असता आमचं लक्ष नव्हतं, समोरून काकीसाहेब येत होत्या, हे आमच्या ध्यानी आलंच नाही. काकीसाहेब म्हणाल्या, "नारायणराव, समोर पाहून चाला, नाहीतर एखादे दिवशी पायरी चुकून खड्ड्यात पडाल. पेशवेपदाचा तुरा तोलणं एवढं सोपं नाही." अलीकडे पायऱ्या दिसतच नाहीत. आम्ही फक्त खड्डे चुकवत चालतो. काका तर आमच्यावर नेहमीच तरबत्तर असतात. सदरेवरच्या जुन्या मुरब्बी माणसांची साशंक नजर आम्हाला छळते. शास्त्रीबुवा, रात्री अपरात्री महाली पाल जरी चुकचुकली, तरी डोळे खाडकन उघडतात. प्रात:काळी सदरेवर जाताना पेशवेपदाचा तुरा हाती घेत असता हात थरथरतात. कोऱ्या

कागदावर राजमुद्रा उठवावी, तसं हे पेशवेपद आमच्या अजाण जीवनावर मारलं गेलं. हा पेशवेपदाचा तुरा मस्तकी आला आणि त्याचबरोबर आमचे सारे आधार ढासळले... पार कोलमडून पडले... पाच हजार माणसांचा राबता असलेल्या या वाड्यात आम्ही आईविना पोरके... दादाविना एकटे... एकटे राहिलो. या एकटेपणाचं भारी भय वाटतं शास्त्रीबुवा..

रामशास्त्री : श्रीमंत, (म्हणून नारायणरावांना जवळ घेतात) असं भयव्याकूळ होऊ नका. भावनेआहारी जाऊन विचलित होण्याचा... भीतीपोटी संतापण्याचा तुम्हाला अधिकार नाही. आपले बंधू श्रीमंत माधवराव बालवयातच पेशवे बनले. स्वराज्याचं तोरण शिवछत्रपतींनी बालवयातच बांधलं.

नारायण : ते सामर्थ्य आमचं नाही; पण आज एक स्मरण द्यावंसं वाटतं.

रामशास्त्री : आज्ञा श्रीमंत!

नारायण : क्षणभर का होईना, भावनेआहारी जाऊन, आमचा अधिकार विसरून, तुम्ही आम्हाला जवळ घेतलंत. थेऊरला दादांच्या अंतकाळी आपण त्यांना वचन दिलं होतं, आठवतं?

रामशास्त्री : (गहिवरून) श्रीमंत...

नारायण : त्या वचनाचं विस्मरण होऊ देऊ नका. आम्ही चुकलो तर रागवा, समजावून सांगा; पण आम्हाला टाकू नका. तुम्ही आम्हाला टाकलंत; तर या नारायणाला राखणारं कोणी नाही... कोणी नाही... (बोलता बोलता नारायणराव निघून जातात. एकटे रामशास्त्री रंगमंचावर अश्रुपूर्ण नजरेने उभे असतात.)

रामशास्त्री : श्रीमंत, केवढा विश्वास टाकलात श्रीमंत! ही आपल्या मनाची श्रीमंती आमच्यासारख्या सेवकांना कशी पेलावी?

(प्रवेश दुसरा समाप्त)

प्रवेश तिसरा

स्थळ : *राघोबादादांचा महाल*

(महालात राघोबादादा संतप्तपणे उभे आहेत. त्या संतापाने अधिकच स्फुरण चढलेले चिंतो विठ्ठल व आनंदीबाई त्यात भर घालीत आहेत.)

चिंतो : एकंदरीत, होऊ नये तो प्रकार झाला खरा. तो प्रकार बघून अक्षरशः टाळ्याला जीभ चिकटली. आज साऱ्या शहरात तीच कुजबूज चालू आहे.

राघोबा : उगीचच पराचा कावळा करू नका चिंतोपंत. एक बटीक आली नाही म्हणून दासीविना घर मोकळं पडत नाही, की आमची नाटकशाळा ओस पडते?

आनंदी : ऐका चिंतोपंत. भर बाजारात नाक कापलं तरी शेंडा वर.

राघोबा : मंडळी, कुणाला बोलता हे! या राघोभरारीला?

आनंदी : (तुच्छतेने) हे! साधी एक बटीक घरात आणता आली नाही; त्यांनी भरारीचं नाव कशाला घ्यावं म्हणते मी.

चिंतो : दादासाहेब, आपल्या देखतच श्रीमंतांनी कोऱ्या कागदावरची मुद्रा रामशास्त्र्यांच्या हवाली केली आहे.

राघोबा : फुंकर मारली तर! जमदग्नीचे आम्ही अवतार! असल्या कोऱ्या कागदावरच्या मुद्रा टिकत नसतात.

चिंतो : असं आपण समजता. आता यापुढे या राज्यात बटकींचा व्यापार बंद. कायदा मोडेल त्याला देहदंड.

राघोबा : चिंतोपंत!

चिंतो : हे मी म्हणत नाही. आपल्या देखतच श्रीमंतांनी तशी आज्ञा दिली.

राघोबा : त्या पोरवयाच्या नारायणाची अक्कल ती केवढी. तो शास्त्री सांगणार आणि हे ऐकणार.

आनंदी : दोष नारायणाचा नाही. आपला आहे.

राघोबा : आमचा?

आनंदी : हो. माधवाच्या अंतकाळी गारदी घेऊन थेऊरला गेलात, तेव्हाच ती संधी आली होती.

राघोबा : इतकं सोपं नव्हतं ते. जरा शांतपणे घ्या.

आनंदी : (रागाने) काय म्हटलंत?

राघोबा : (घाबरून) काही नाही... असं पाहा...
अहो पण! कसं सांगायचं? थेऊरला तो माधव एवढा बेसावध नव्हता. आम्हीच त्याच्या जाळ्यात अडकलो. संयम राखला म्हणून बरं...

आनंदी : तुम्ही नव्हे, त्याने. मरता मरता गोड बोलून, नारायणाची धोंड गळ्यात अडकवून मोकळा झाला.

चिंतो : वहिनीसाहेब, ते माधवराव लाख परवडले, पण हे श्रीमंत... नुसती आग आहे आग.

राघोबा : कसली आग? नुसती फुंकर मारली तरी...

आनंदी : काळजी घ्यावी म्हटलं...

राघोबा : कसली?

आनंदी : ओठावर मिश्या आहेत म्हटलं. फुंकर मारायला जाल आणि मिश्या तेवढ्या जाळून घ्याल.

राघोबा : बाईसाहेब, देवानं बत्तीस दात दिले असले, तरी जीभ एकच दिली आहे. निदान बत्तीस वेळा विचार करून ती वापरावी.

आनंदी : हे बायकोला सांगण्याऐवजी भरदरबारी ज्यांनी अपमान केला त्यांना सांगायचं होतं.

राघोबा : नारायणाला? त्यानं काय केलं?

आनंदी : रघुनाथराव बल्लाळ, खबरदार एक पाऊल पुढे टाकलंत तर. पेशव्यांचा असा उपमर्द करू धजाल, तर नातं ध्यानी न घेता गर्दन मारली जाईल...

चिंतो : अस्संच... अगदी अस्संच श्रीमंत म्हणाले...

आनंदी : हे तुम्हीच ऐकून घेतलंत ना? त्याच वेळी ती बत्तीशी त्या बेताल जिभेसकट का उपटून टाकली नाहीत?

(राघोबादादा संतापाने मंचकावर बसतात. मुठी आवळतात.)

राघोबा : नुसती आठवण झाली, तरी मस्तकाची आग होते... आग...

आनंदी : कोण आहे रे तिकडे... (सेवक येतो) शुद्ध एरंडेल आणि एक ताजं एरंडाचं पान घेऊन ये.

राघोबा : एरंडेल? एरंडाचं पान कशाला?

आनंदी : स्वारींच्या मस्तकाची आग होते ना? तेल थापून त्यावर पान ठेवलं, तर भडकलेलं मस्तक थोडं शांत होईल.

राघोबा : (सेवकाला) जा रे तू. (सेवक जातो) बोला. हवं ते बोला. साऱ्यांच्याच थट्टेचा विषय झालो आम्ही. तुम्ही तरी मागं का राहावं.

आनंदी : त्यात का आम्हाला आनंद आहे? पण आपल्याला पटेल तेव्हा ना? अजूनही वेळ गेली नाही. या नारायणाला माधव समजू नका.

राघोबा : काय म्हटलंत...

आनंदी : माधव कसाही असेल, पण मनात तुमच्याबद्दल आदर होता, प्रेम होतं. हवं ते केलंत तरी सहन करण्याची ताकद होती;

पण या नारायणाच्या मनात तुमच्याबद्दल तिळमात्र जिव्हाळा नाही. पेशवाईची वस्त्रे मिळताच त्यानं तुम्हाला नजरकैदेत ठेवलं. त्याच्या मनात आलं, तर आपल्यावर तलवार चालवायलाही तो मागेपुढे पाहणार नाही.

चिंतो : अगदी खरं वहिनीसाहेब. परवा दरबारात... त्या वेळी श्रीमंतांचा कोप पाहून पीतांबर व्हायची वेळ आली. आमची गोष्ट सोडा; पण त्या उग्र रूपापुढे खुद्द दादासाहेबही नमले.

राघोबा : मग काय त्या पोरखेळात सामील व्हायचं होतं!

आनंदी : पोरखेळ! पाऊल पुढे टाकून पाहायचं होतंत म्हणजे कळलं असतं... तो खेळ कुठवर गेला असता ते.

राघोबा : छे! ती हिंमत त्या नारायणाची नाही.

आनंदी : मान्य! पण तो बोलविता धनी होता ना तिथं?

राघोबा : रामशास्त्री...?

चिंतो : होय दादासाहेब, तोच तो. श्रीमंत माधवराव गेल्यापासून सारी कारस्थाने त्याची आहेत. प्रभूंच्या विरुद्ध त्याने फतवा काढायला लावला. आपलं दरबारी वजन कमी व्हावं, म्हणून गारद्यांची तैनात बंद करून रोकडा पगार त्यानंच सुरू केला. आपलं पाठबळ ढळावं म्हणून एका बाजारी बटकीची बाब ती काय, पण पुण्याच्या भररस्त्यात त्यानं तो तमाशा मांडला. पेशव्यांपर्यंत नेला. कारण एकच, तुमच्या कीर्तीला बाजारी कलंक लागावा म्हणून.

राघोबा : बस्. काही सांगू नका. चिंतोपंत, यापुढे आम्ही नारायणाची आगळीक सहन करणार नाही.

आनंदी : शिल्लक काय राहिलंय? दरबारी वजन ढळलं. गारद्यांचं पाठबळ हरवलं. एका बटकीपायी बाजारी कलंक लावून घेतलात.

राघोबा : ज्या राघोभरारीने अटकेपार तलवार गाजवली, त्याला कलंक? असंभव! त्या नारायणाने आपल्याच कृतीने परिसीमा गाठली आहे.

आनंदी : आणखीन कुठवर जातो, हे असंच पाहत बसावं.

राघोबा : नुसतं बघत बसण्यासाठी आम्ही जन्मलो नाही. मनात आणलं, तर इकडची सृष्टी तिकडे करून दाखवू. एकदा राघोभरारीचा कौल ढळला, तर त्याच्या आड येण्याचं बळ परमेश्वरालाही नाही.

आनंदी : पण कौल ढळला तर ना?

चिंतो : वहिनीसाहेब! दादासाहेबांची मनःस्थिती ध्यानी घ्यावी. झालेला

अपमान पुरुषांना स्वमुखाने बोलून दाखवता येत नाही.

राघोबा : असला अपमान सोसत जगण्यापेक्षा...

आनंदी : दुसरं हाती राहिलंय काय!

राघोबा : ज्याच्या मनगटात बळ असतं त्याला आव्हान करू नये. परत एकदा आळेगाव करावं लागेल एवढंच ना?

चिंतो : क्षमा दादासाहेब. एवढ्या दूरवर जाण्याचं काहीच कारण नाही.

राघोबा : मतलब...

चिंतो : चिलटाला मारायला हत्तीचं बळ कशाला हवं? आज आपल्या पाठीशी चिंतोपंत रायरीकर, भवानराव प्रतिनिधी, सदाशिव रामचंद्र, विठ्ठल विश्राम, सखारामबापू ही मंडळी आहेत.

राघोबा : सल्लागारांच्या मान डोलावण्यानं या गोष्टी होत नसतात. त्याला कृती करणारी माणसं हाताशी लागतात.

आनंदी : निर्धार असेल तर तीही मिळतील.

राघोबा : काय म्हटलंत?
(त्याच वेळी रामशास्त्री आल्याची वार्ता सेवक सांगतो.)

सेवक : सरकार, रामशास्त्री आलेत.

राघोबा : रामशास्त्री! घेऊन ये त्यांना.

चिंतो : कोणचं संकट घेऊन आला हा बगळा!

आनंदी : चिंतोपंत, शास्त्री योग्य वेळी येताहेत.
(रामशास्त्री प्रवेश करतात. राघोबादादा, आनंदीबाईंना नमस्कार करतात. आनंदीबाई पुढे जाऊन वाकून नमस्कार करते. रामशास्त्री आशीर्वाद पुटपुटतात.)

राघोबा : शास्त्रीबुवा, वाट चुकली तर नाही?

रामशास्त्री : नाही दादासाहेब, आपल्याच दर्शनाला आलो.

राघोबा : आणखीन काही अपमान करायचा शिल्लक राहिला वाटतं!

रामशास्त्री : अपमान करण्यासाठी नव्हे! क्षमा मागण्यासाठी.

राघोबा : क्षमा...

रामशास्त्री : न्यायाधीशाच्या कर्तव्यापोटी काही कटू सत्ये सांगावी लागली, पण ते करीत असता सेवकाच्या मनात आनंद नव्हता. याची खात्री असावी.

राघोबा : ती खात्री होती म्हणूनच आम्ही ते ऐकून घेतलं; पण किती ऐकून घ्यायचं यालाही काही मर्यादा....

रामशास्त्री : श्रीमंतांचं बालवय ध्यानी घेऊन थोरपणानं दादासाहेबांनी तिकडे

दुर्लक्ष करावं.

राघोबा : आमची गर्दन मारायला निघाले तरीही?

रामशास्त्री : स्पष्ट बोलल्याविना राहवत नाही. दादासाहेब, आपण श्रीमंताना जपलं नाहीतर कोण जपणार? वडिलकीच्या नात्यानं आपणच त्यांना सांभाळून घ्यायला हवं.

राघोबा : आम्ही नजरकैदेत! आम्ही कोण सांभाळणार!

रामशास्त्री : दादासाहेब, ही नाममात्र आहे. आपण वयानं, मानानं मोठे. श्रीमंतांचं कोवळं वय. जसा आकार द्यावा तसे ते घडतील. श्रीमंत माधवरावांसारखा थोर पेशवा दौलतीला लाभला. अकरा वर्षांत त्यानं शत्रूचं परिपत्य करून राज्याला स्थिरता आणली. आणखीन थोडं आयुष्य मिळतं तर मराठी राज्य उदंड ऐश्वर्याप्रत नेता. (आनंदीबाई डोळे टिपते.)
पण राजयक्ष्म्यापेक्षा घरातल्या किडीनं त्यांना पोखरलं आणि एक कर्तबगार पुरुष गमवावा लागला.

राघोबा : माधवाची आठवण झाली की मन कालवतं.

रामशास्त्री : त्यांनीच आपल्या हाती श्रीमंतांना दिलं.

राघोबा : ते आम्ही विसरलो नाही. म्हणूनच हे सहन करतो.

रामशास्त्री : हा आपला मोठेपणा आहे दादासाहेब.

चिंतो : शास्त्रीबुवा, दादासाहेबांचा मोठेपणा साऱ्यांना माहीत आहे; पण त्याचा फायदा घ्यायला काही मर्यादा?

रामशास्त्री : मर्यादा...?

चिंतो : हो! तुम्ही निर्माण केलेल्या त्या बटकीच्या प्रकरणात दादासाहेबांना मनस्ताप सोसावा लागला. माहीत आहे?

रामशास्त्री : चिंतोपंत, त्याचंही मला दुःख आहे.

आनंदी : काही वाईट वाटून घेऊ नका शास्त्रीबुवा! फार चांगलं झालं. या घरात बटकींचा तर सुळसुळाट झाला आहे.

राघोबा : अहो, काय सांगता...

आनंदी : शास्त्रीबुवा का परके! ते काही नाही. यांना कुणीतरी खडसावून सांगायलाच हवं होतं. यांच्या त्या बटकी आणि त्यांची नावं... बाई, बाई, बाई, काय नावं तरी, यल्ली कानडी, राधी बुटुक, मैना उंचेली, चमेली...

राघोबा : (बेसावधपणे) चैनी... चमेली चैनी.

आनंदी : ऐका शास्त्रीबुवा, एक वेळ संध्येची नावं पाठ नसली, तरी

नाटकशाळा अगदी जिभेच्या टोकावर आहे.

राघोबा : अहो, सहवासामुळे नावं लक्षात राहतात.

आनंदी : आणि अतिसहवासामुळे बाजारी धिंड निघते. ते काही नाही. शास्त्रीबुवा, बटकीचा व्यापार बंद केलात ते चांगलं झालं.

रामशास्त्री : मी फक्त सांगितलं. श्रीमंतांनी ते ऐकलं, एवढंच.

आनंदी : नारायणाला ती समज आहे. थोडा तापट असेल, पण चांगली गोष्ट तेव्हाच ध्यानी घेतो.

रामशास्त्री : मी दादासाहेबांना तेच सांगत होतो. आज श्रीमंत थोडे हूड वाटत असले, तरी परिपक्वता आल्यानंतर ते खचितच आपल्या भावाप्रमाणेच नाव मिळवतील.

आनंदी : तुम्ही चिंता करू नका. शास्त्रीबुवा! हे हवे ते बोलतील, पण यांच्या मनात काही नसतं हो! नारायण का आम्हाला परका! मुलावर का कुणी राग धरतं? (राघोबादादांकडे वळून) खरं ना? (राघोबादादा आनंदीबाईच्या बोलण्याने गोंधळलेला असतो. सावरून म्हणतो.)

राघोबा : हं. हो!! मुलावर का कुणी राग धरतं?

रामशास्त्री : आपणा उभयतांच्या मनाचा मोठेपणा पाहून खूप समाधान वाटलं. मी येतो. आज्ञा असावी.

आनंदी : शास्त्रीबुवा.

रामशास्त्री : आज्ञा वहिनीसाहेब.

आनंदी : माधव गेल्यापासून या घरात शांती नाही. तेव्हा सिद्धटेकला आम्ही नवग्रहशांतीचा होम करायला सांगितला आहे.

रामशास्त्री : योग्य केलंत वहिनीसाहेब. खरोखरच नवग्रहशांतीची वेळ आली आहे.

आनंदी : आम्ही तर इथे नजरकैदेत. आम्हाला सिद्धटेकला जाता येणार नाही.

रामशास्त्री : (सावधपणे) क्षमा असावी, पण तो अधिकार माझा नाही.

आनंदी : आमच्यासाठी आपण शब्द खर्चावा असं आम्ही म्हणत नाही; पण होमाची सांगता आपल्यासारख्या अधिकारी शास्त्र्यांच्या हातून पार पाडावी एवढंच वाटतं.

रामशास्त्री : आपण चिंता करू नये. हे मी माझं कर्तव्यच समजतो. त्यात मला आनंद आहे.

आनंदी : आपले उपकार आहेत शास्त्रीबुवा.

रामशास्त्री	:	उपकार कसले वहिनीसाहेब!
आनंदी	:	नाही कसे? संकल्प करता येतात, पण ते सिद्धीला जायचे असले, तर त्याला आपल्यासारख्यांचंच साहाय्य हवं. मग उद्या आपण...
रामशास्त्री	:	निश्चिंत असावं. मी उद्याच जाईन. होमाची सांगता करूनच माघारी येईन.

(रामशास्त्री नमस्कार करून निघून जातात. आनंदीबाई समाधानानं राघोबा, चिंतोपंतांकडे पाहते.)

आनंदी	:	आता आपण निश्चिंत असावं.
राघोबा	:	(संतापून) दुसऱ्याला दोष देण्याआधी माणसानं स्वतःला पाहावं.
आनंदी	:	काय झालं?
राघोबा	:	तो रामशास्त्री येण्याआधी त्याच्यावर केवढी धार धरलीत. आम्हाला बोल लावलात आणि तो येताच...
चिंतो	:	हे मात्र खरं वहिनीसाहेब! आम्हाला वाटलं, की आता रामशास्त्र्यांची खेटरानं पूजा बांधाल.
राघोबा	:	यांचं असलं दुटप्पी वर्तन! कुठेतरी यांच्या नादानं आम्ही फशी पडायचे.
आनंदी	:	झालं बोलून?
राघोबा } **चिंतो** }	:	(आश्चर्याने) आँ!
आनंदी	:	आँ काय? नारायणाचा बंदोबस्त करायचा आहे ना? स्वारींना पेशवे बनायचं आहे ना?
राघोबा	:	अशा गोड बोलण्यानं रामशास्त्री बधायचा नाही. गंगेतला गोटा आहे तो. त्याच्यावर काही परिणाम व्हायचा नाही.
आनंदी	:	व्हायचा तो केव्हाच झाला.
राघोबा	:	काय?
आनंदी	:	एका बाजारी बटकीसाठी आकाशपाताळ एक करणारा हा रामशास्त्री, अशा वेळी पुण्यात ठेवून कसं चालेल? आपले संकल्प सिद्धीला जायचे असले, तर या शाळिग्रामाची रवानगी सिद्धटेकलाच व्हायला हवी. समजलं?
राघोबा	:	हे आमच्या ध्यानी आलंच नाही; पण तो दुसरा काटा आहे ना! त्या नानालाही...
आनंदी	:	त्याची काळजी नको. सत्ता फिरली, की तोही फिरेल. नवं

धोरण पाहून जुळतं घेईल. आता स्वारींनी फक्त हुकूम द्यावा. पकडण्याचा वा मारण्याचा...

राघोबा : मारण्याचा? नाही; असलं काही आम्ही होऊ देणार नाही. हवं तर त्याला पकडा, पण...

आनंदी : समजलं! गारद्यांचे समातदार सुमेरसिंग, खडगसिंग व महंमद हसब यांनी ही जबाबदारी उचलली आहे. त्यासाठी पाच लाख मी मान्य केले आहेत.

राघोबा : अहो, पण त्या गारद्यांचा भरवसा...

आनंदी : तुळोजी पवारने घेतला आहे.

राघोबा : पण मी म्हणतो, एवढी घाई का? जरा विचार करू...

आनंदी : आलात मूळपदावर! सत्ता, पैसा आणि कीर्ती त्या त्या क्षणांचे सोबती असतात. ते क्षण योग्य त्या वेळी पकडले, तरच ते साध्य होतात.

राघोबा : अहो, पण थोडा विचार तरी...

आनंदी : विचार! नानासाहेब गेले. पेशवेपद पायाशी चालून आलं होतं, पण विचार केलात आणि माधव पेशवा बनला. आळेगावला माधवला कैद केलंत; पण निर्णय घेता आला नाही. म्हणून नजरकैदेत पडावं लागलं. माधव गेला आणि याच विचारापायी...

चिंतो : दादासाहेब, वहिनीसाहेब म्हणतात ते सत्य आहे. श्रीमंतांची पायघडी बसायच्या आतच ती उखडली गेली पाहिजे. एकदा का स्थिरस्थावर झालं, की याच श्रीमंतांच्या आज्ञेनं हेच गारदी आपल्यावर चौकीपहारे बसवायला मागेपुढे पाहायचे नाहीत. राजकारणातल्या निर्णयांना उसंत नसते श्रीमंत.

राघोबा : श्रीमंत...

चिंतो : दादासाहेब, त्या पदाची योग्यता आपलीच आहे.

आनंदी : आपण फक्त हुकूम द्यावा आणि सरळ मसनदीवर बसावं. हुकूम देता ना?

राघोबा : हं!... हो... हो देतो...

(निश्चयाने बैठकीकडे जातो. कलमदानातली लेखणी उचलून भरभर हुकूम लिहीत असतो. आनंदीबाई मागे उभी राहून पंख्याने वारा घालत पाहत असते. राघोबा सही करताच ती पंखा फेकते. हुकुमावर वाळू टाकते. कागदाला टिचक्या मारते. हुकूम हाती घेते. राघोबा उठतो. त्याच्या हातात लेखणी असते.

त्याकडे पाहत असतो.)

राघोबा : नारायणाला धरण्याचा हुकूम लिहीत असता लेखणीचं टोक का मोडावं?

चिंतो : जे मोडणार होतं ते टिकेल कसं?

राघोबा : (लेखणी फेकतो. बेचैन बनतो.) आम्हाला काही समजत नाही. माधवाच्या अंतकाळी श्री गजाननाला साक्ष ठेवून, आम्ही नारायणाला जपू म्हणून वचन दिलं. त्याच नारायणाला पकडण्याचा दुर्दैवी प्रसंग आमच्यावर यावा! माधव मला काय म्हणेल... माधव... (बोलता बोलता राघोबा त्याच तंद्रीत निघून जातो.)

आनंदी : माधव, माधव...! मेला तरी उलथत नाही.

चिंतो : वहिनीसाहेब, माधव उलथला तरी वधमाच होतो. मा वध!

आनंदी : (रागाने) काय म्हटलंत?

चिंतो : (सावरून) काही नाही. हाती बळ असेल, तर धचा मासुद्धा करता येईल. वहिनीसाहेब! मरा मरा करीतच वाल्मीकीला राम सुचला. तसंच या माधवाचं आहे. माधव. ध नंतर. ध च्या आधी मा येतो. तिकडे लक्ष द्यावं.

आनंदी : (विचारमग्न होते) धचा मा! धरावा... मारावा... धचा मा

चिंतो : संधी एकदाच येते वहिनीसाहेब, धरून काही पदरी पडणार नाही. माधवरावांना असंच धरलं होतं ना? काय उपयोग झाला?

आनंदी : धरावे... मारावे... नाही नाही, धरावे.

चिंतो : वहिनीसाहेब! ही वेळ साधली नाहीत, तर काळ तुमच्याकरता थांबणार नाही. अशी संधी परत येणार नाही. निर्णय आणि परिणाम दोन्ही आपल्याच हाती आहेत.

आनंदी : पुरे चिंतोपंत! स्वारींनी पेशवे बनावं एवढीच माझी महत्त्वाकांक्षा आहे. ती पुरी करण्यासाठी हवं तर...

चिंतो : का नाही? सौभाग्यासाठी तुळशीपुढे नित्य सडा-रांगोळी घालणाऱ्या हातांनं, प्रसंगी पतिकीर्तीसाठी रक्ताचा सडा घालण्याचंही सामर्थ्य असावं लागतं. (आनंदीबाई पडलेली लेखणी उचलते. मोडलेले टोक ध्यानी येऊन ती परत फेकते. कलमदानातील दुसरी लेखणी हाती घेते. थरथरत्या हाताने ध चा मा करते. घाम टिपते... करारी बनते.)

आनंदी : चिंतोपंत, त्यांना बोलवा...

(चिंतोपंत जातो. आनंदीबाई थरथरत्या हाताने हुकूम पाहत असते. घाबरते. उसन्या अवसानाने हसते. हसता हसता थांबते. परत हुकूम पाहत असता तुळोजी, सुमेरसिंग, खडगसिंग, महंमद हसब आत येतात. आनंदीबाई तुळोजीच्या हातात हुकूम देते.)

आनंदी : तुळोजी... हा हुकूम... चिंतोपंत वाचून दाखवा त्यांना.

चिंतो : जशी आज्ञा... (वाचू लागतो.)

राजश्री सुमेरसिंग, खडगसिंग, महंमद इसब गारदी जमादार निसबत खासा हुजूरात यासी...

आपण प्रत्यक्ष कबूल केलेप्रमाणे रावास मारावे. हुकूमाबरहुकूम बजावल्यासी आपणांस पाच लक्ष रुपये रोख देण्याचा करार केला असे. निशाणी... रघुनाथराव बाजीराव भट्ट पेशवे.

(तुळोजी हुकूमनामा सुमेरसिंगच्या हाती देतो. सुमेरसिंग हुकूम वाचतो. साशंक बनतो.)

आनंदी : सुमेरसिंग! काय झालं?

सुमेरसिंग : बाईसाहेब! माफ करना! रुजवात झाली होती ती धरण्याची, मारण्याची नव्हे.

आनंदी : स्वारींनी विचार बदलला! सुमेरसिंग, तुमची नेकदार समशेर बेदिल केव्हापासून झाली?

सुमेर : हम हुक्मके बंदे है बाईसाहेब! मगर हर हुक्मका मोल अलग होता है ।

चिंतो : याचा अर्थ...

सुमेर : पाच लाख धरण्यासाठी ठरले होते हुजूर!

आनंदी : आणि मारण्यासाठी...?

तुळोजी : जे मनात असेल ते सांगून टाका सुमेरसिंग.

सुमेर : नगर, पुरंधर आणि साष्टी!

चिंतो : (आश्चर्याने) नगर, पुरंधर आणि साष्टी! हे मातब्बर किल्ले?

सुमेर : जी...

आनंदी : दिले...

सुमेर : तसा हुक्म हवा!

आनंदी : सुमेरसिंग! या क्षणी आमचा शब्द हेच वचन! स्वारी पेशवे बनली, की आपल्याला किल्ले दिले जातील. किल्ले देण्याचा अधिकार फक्त पेशव्यांनाच असतो.

सुमेर	:	मंजूर! हमारा भरवसा है! आपकी मुराद पुरी होगी ।
आनंदी	:	हे आशीर्वाद चालणार नाहीत. तुळोजी बेलभंडार घेऊन या.
		(तुळोजी जातो)
आनंदी	:	सुमेरसिंग, आपण कडवे राजपूत आहात. बेलभंडारा उचलून दिलेला शब्द आपण प्राण गेला तरी फिरवीत नाही, हे आम्हाला माहीत आहे. आपल्याला बेलभंडार उचलावा लागेल. (बेलभंडाराचं तबक आणलं जातं. तांबडा प्रकाश रंगमंचावर उतरतो. त्या उजेडात तिन्ही गारदी बेलभंडार उचलतात. 'जय एकलिंगजीकी. फते हो!' म्हणत बेलभंडार उधळतात. आनंदीबाई हसत असता अंक संपतो. पडदा पडतो.)

अंक दुसरा

प्रवेश पहिला

स्थळ : राघोबादादांचा महाल.

(राघोबादादांच्या महालात चिंतोपंत उभा आहे. महालात ठेवलेल्या दरबार तयारीच्या वस्तू पाहत असतो. तबकातले कंठे निरखून बैठकीजवळ जातो. बैठकीवर राघोबादादांची शिरपेच लावलेली पगडी असते. पगडी हातात घेतो. दरवाज्याजवळ जाऊन पाहून येतो. आपली पगडी उतरून ती पगडी डोक्यावर घालतो. पेशव्यांच्या ऐटीत बैठकीवर बसतो. उपरण्यानं वारा घेत असतो. तोच दरवाज्यातून तुळोजी आत येतो. दरवाज्याजवळच थांबतो. आपल्याच नादात बसलेल्या चिंतोपंताला निरखतो. खाकरतो. चिंतोपंत धडपडत उठतो. तुळोजीला पाहून त्याला धीर येतो.)

चिंतो : तुळोजी! मिरवणूक आली?

तुळोजी : भिऊ नगासा! नुक्ती दिल्ली दरवाज्याजवळ आलीया. दादासाब उतरतील, ववाळणी हुईल. सदरेवर जातील. देवघरात जाऊन मग इकडं येतील, तवर तुमी दादासाहेबांची पगडी घालून बिनघोर बसा.

चिंतो : नाही. उगीच गंमत...

तुळोजी : गंमत! अशीच गंमत म्हणून त्या नारायणरावांनी पगडी घातली. त्यांचं डोकं पगडीसकट उतरलं गेलं.

(चिंतोपंत गडबडीनं पगडी उतरून ठेवतो.)

चिंतो : मान उतरण्यापेक्षा पगडी उतरलेली बरी; पण तुळोजी, आपण नसतो तर दादासाहेब आज हत्तीच्या अंबारीत बसले असते काय?

तुळोजी : छा! पन त्याची जान कुणाला? आज दादासायबांची मिरवणूक

बघायला गर्दी उगीच जमली नव्हती.

चिंतो	:	म्हंजे?
तुळोजी	:	म्हंजे काय? काल रातच्यानं गावात बोंबलत फिरलो. साऱ्या गावाला दम दिला. कुनी स्वारीत येनार न्हाई त्याच्या घरावरनं गाढवाचा नांगर फिरल म्हणून... तवा गर्दी झाली. उगीच न्हाई.
चिंतो	:	पण दादासाहेबांची स्वारी झकास निघाली. अंबारीत बसलेले आपले दादासाहेब कसे वाटले?
तुळोजी	:	ते काय इचारणं! म्या आजवर हत्तीवरची अंबारी बघितली. घोड्यावरचं खोगीर बगितलं. तट्टावरची माखनबी बगितली. पन हत्तीवर हत्ती बसलेला आजच बगितला.
चिंतो	:	हत्तीवर हत्ती! धन्याविरुद्ध बोलतोस?
तुळोजी	:	धनी! धनी त्यो नवं! खरं धनी आपन.
चिंतो	:	मिरवणुकीत ऊन लागलंय काय?
तुळोजी	:	चिंत्या! अरं तू ध चा मा करायला लावला नसतास, तर आन् मी त्याला पायाला धरून फरफटलं नसतं, तर ते दादासाब हत्तीवर बसलं असतं काय?
चिंतो	:	खरं आहे! हे पेशवे नावाचे. खरे आपणच. जरा थांब, दादासाहेब पेशवे होऊ देत. मग तू कोतवाल! आणि मी चिटणीस!
तुळोजी	:	चिंतोपंत! जरा —
चिंतो	:	अरे बोल की... जरा काय?
तुळोजी	:	ती पगडी!
चिंतो	:	पगडी?
तुळोजी	:	मी घालून बघावी म्हंतो!
चिंतो	:	मग बघ की...
		(तुळोजी पुढे होतो. बैठकीवरची पगडी घालतो. बैठकीवर बसतो.)
तुळोजी	:	का? कशी दिसते स्वारी?
चिंतो	:	काय विचारणं! कुणी परका आला, तर पेशवे म्हणून तुलाच मुजरा करेल.
		(त्याच वेळी आनंदीबाई दारी येते. चिंतोपंत सटपटतो. पाठ फिरवून दूर जातो.)
तुळोजी	:	खबरदार पाऊल पुढे टाकशील तर. या पगडीवाल्या पेशव्याचा असा पानउतारा करशील, तर त्याच पावली गर्दन मारली जाईल. ऐकू येत न्हाई आमी काय म्हंतो ते? कोन हाय तिकडं...

आनंदी	:	जी सरकार...
		(तुळोजी त्याच तोऱ्यात मान वळवून पाहतो. आनंदीबाई दिसते. डोळे विस्फारून क्षणभर पाहत राहतो. धडपडत उठतो. मुजरा करतो. पगडी डोक्यावरच असते.)
आनंदी	:	स्वारींची पगडी घालण्यापर्यंत मजल गेली!
		(पगडी म्हणताच तुळोजी पगडी उतरवतो. गडबडीने आपली घालतो.)
तुळोजी	:	न्हाई... आपलं...
आनंदी	:	आपलं काय?
चिंतो	:	बाईसाहेब, मी त्याला पगडी घालायला सांगितलं.
आनंदी	:	तुम्ही?
चिंतो	:	होय! पगडबंदानं नवीन आणलेली पगडी. कुणी सांगावं... कदाचित पगडीला विष लावलं असेल तर...
आनंदी	:	माझ्या लक्षात आलं नाही. स्वारींची एवढी काळजी घेणारी तुमच्यासारखी माणसं पाहिली, की बरं वाटतं. भरजरी झूल घातलेल्या हत्तीवर अंबारीत बसलेल्या स्वारींना पाहून आज गजेंद्राची आठवण झाली.
चिंतो	:	गजेंद्र नव्हे... देवेंद्र.
आनंदी	:	तेच ते! हत्तीच्या अंबारीत स्वारी कशी शोभत होती नाही?
		(तुळोजी, चिंतोपंत फिक्कन हसतात.)
आनंदी	:	हसायला काय झालं?
		(दोघे हसू आवरतात.)
चिंतो	:	हा म्हणत होता...
तुळोजी	:	(भीतीने) मी? मी कुठं काय म्हटलं? ... अंबारी कशी भरून गेली होती... काय रुबाब...
आनंदी	:	पण खरं सांगू चिंतोपंत! स्वारींची मिरवणूक वाड्यात येईपर्यंत जिवात जीव नव्हता.
चिंतो	:	त्याचसाठी दीड हजार गारद्यांचं कडं मिरवणुकीतल्या हत्तीभोवती ठेवलं होतं.
आनंदी	:	स्वारींना दिल्ली दरवाज्यात ओवाळताना डोळे भरून आले. हात थरथरायला लागले. तुमच्यासारखी माणसं पाठीशी नसती, तर हा दिवस दिसला नसता.
चिंतो	:	आमच्या सेवेचं चीज झाल्याशिवाय राहणार नाही याची खात्री आहे.

आनंदी	:	खात्री! निश्चिंत असा. स्वारी नुसती पेशवे बनू दे. भूतलीचं धन, आणि स्वर्गलोकीचा मान आपलाच आहे.
चिंतोपंत	:	स्वर्गातला मान भूतलावर घेऊन काय उपयोग?
आनंदी	:	तुम्ही चिंता करू नका चिंतोपंत. पहिला हुकूम निघेल तो आपल्या चिटणीशीचाच.

(त्याच वेळी भरजरी पोशाख केलेले राघोबादादा प्रवेश करतात. महालापर्यंत पोहोचवायला आलेले सुमेरसिंग, खडगसिंग मुजरा करून जातात. राघोबादादांचा चेहरा उद्विग्न असतो.)

राघोबा	:	तरी सांगत होतो, हा मिरवणुकीचा बेत नको म्हणून.
आनंदी	:	असं कसं? उद्याचे पेशवे... त्यांचं दर्शन नको का प्रजेला घडायला? काय झालं?
राघोबा	:	काय झालं? शिमग्यातली मिरवणूकसुद्धा यापेक्षा बरी असते.
चिंतो	:	क्षमा असावी दादासाहेब; पण अशी मिरवणूक आजवर झाली नाही. हत्ती, घोडे, उंट यांनी मिरवणूक भरगच्च बनली होती. हजारो लोक दुतर्फा गर्दी करून होते. नगारे, शिंगे फुंकली जात होती. काय कमी होतं?
राघोबा	:	ऐकायचं आहे? फक्त गाढवं कमी होती. कसली मिरवणूक. धिंड होती धिंड. एखादी प्रेतयात्रा पाहावी तशी शांत, भकास नजरेनं पाहणारी ती माणसं. आमच्या भोवतीचे गारदी एवढा कंठशोष करीत होते; पण बघ्यांच्या जिभा टाळ्याला चिकटल्या होत्या. एक आवाज तरी मिसळला? हरामखोर लेकाचे. या सर्व अनर्थाला तोच कारणीभूत आहे. (त्याच वेळी सुमेरसिंग आत येतो. त्याच्याकडे बोट दाखवतो. हाच तो.)
सुमेर	:	(आश्चर्याने) जी!
राघोबा	:	क्या है?
सुमेर	:	हुजुरात, इजाजत मांगती है!
राघोबा	:	अगदी हुकुमाचे ताबेदारच की नाही! सुमेरसिंग, मला जाब हवा!
आनंदी	:	पण आत्ताच कशाला! आपण थोडी विश्रांती...
राघोबा	:	ती केव्हाच सरली... सुमेरसिंग, आम्ही नारायणाला धरण्याचा हुकूम दिला असता त्यांना मारलंत कसं? कोणाच्या हुकुमाने?
आनंदी	:	आता झाल्या गोष्टी उगाळून काय उपयोग? गर्दीत होऊ नये ते झालं.
राघोबा	:	एवढ्या सहजासहजी ही गोष्ट लपणार नाही. सुमेरसिंग, असली

बगावत करणं हे तुम्हाला शोभलं नाही.

सुमेर : सरकार, हम हुक्मके बंदे है!

राघोबा : आम्ही नारायणाला मारण्याचा हुक्म दिला होता?

सुमेर : जी!

आनंदी : आपणच हुकूम द्यायचा आणि आपणच विसरायचा. स्वारीचा स्वभाव असाच विसरभोळा...

राघोबा : आम्ही भोळे असू, पण विसराळू खास नाही. सुमेरसिंग, आम्ही धरण्याचा हुकूम दिला होता, मारण्याचा नव्हे.

सुमेर : सरकारका हुक्म हमारे पास है! इजाजत हो तो पेश करूंगा! आप खुद अपनी आँखोसे देख सकते है।

राघोबा : तो हुक्म घेऊन या! आम्हाला तो पाहायचा आहे. आता... जा.. (सुमेर मुजरा करून जातो. आनंदीबाई घाबरलेल्या चिंतोपंताकडे पाहते. आनंदीबाई राघोबांच्या जवळ जाते.)

आनंदी : किती वैताग करून घ्यायचा तो. उद्याच्या पेशव्यांना शोभत नाही. आधीच मिरवणुकीची दगदग झालेली. थोडा आराम करावा.

राघोबा : आराम...

आनंदी : हो ना! मैनेनं चंदनाची उटी तयार करून ठेवली आहे. राधीनं पानाचे विडे जमवले आहेत...

(राघोबा हसतात. आनंदीबाईच्या लडिवाळपणानं, नेत्रकटाक्षानं घायाळ होतात.)

राघोबा : आणि तुम्ही...

आनंदी : भलतंच काहीतरी बोलायचं! चिंतोपंत आहेत म्हटलं इथं. चिंतोपंत, त्या रामशास्त्र्यानं उगीच बोल लावला.

राघोबा : केव्हा?

आनंदी : त्या गुणवंती बटकीच्या वेळी! म्हणे तुम्ही स्त्री जातीची विटंबना करता. चिंतोपंत, यांचा शौक आम्ही पुरा जाणतो. स्वारींच्या इतकी बटकींची काळजी आजवर कोणी घेतली नसेल. एकदा लढाईत बाका प्रसंग आला. शत्रूचं बळ भारी पडलं. माघार घेण्याखेरीज हाती काही नव्हतं. तेव्हा स्वारी खंबायतहून भावनगरला जाताना आपल्या आठ बटकींसह प्रथम माघारी आली. मागे राहिलेल्या आपल्या फौजेचीसुद्धा चिंता केली नाही. नाटकशाळा जपणारा असा धनी हुडकून तरी मिळेल का?

राघोबा : बघा ना! हे कुणाच्याच ध्यानी येत नाही. सारे आम्हालाच

बोल लावतात.

(गुणवंती तबक घेऊन प्रवेश करते. तिच्या आगमनाने सारे स्तब्ध बनतात. राघोबा तिच्याकडे पाहत आसनावरून उठतो.)

राघोबा : कोण, तू? ही बटीक या महाली कशी?

आनंदी : पहाऱ्यावर गारदी नाहीत? तुला आत कुणी सोडली?

गुणी : (शांतपणे) सुमेरसिंगसाहेबांनी.

राघोबा : पण का आलीस?

गुणी : (तबक पुढे करीत) बाईसाहेबांनी हे पाठवलंय.

आनंदी : काय आहे?

गुणी : सरकारांचा शिरपेच राहिला होता तो पाठवलाय.

आनंदी : (आनंदाने तबक घेते. आच्छादन दूर करते. लखलखणारा शिरपेच उचलते. त्या शिरपेचाकडे चिंतो विठ्ठल, राघोबा अधाशीपणे पाहत असतात.)

आनंदी : पाहिलंत! आपला शिरपेच आपल्या पायांनी चालत आला.

(गुणी जाण्यासाठी वळते.)

राघोबा : थांब! जातेस कुठं? तू आत कशी आलीस हे समजायला हवं.

(त्याच वेळी सुमेरसिंग आत येतो. गुणीकडे पाहून हसतो. गुणी लाजते.)

सुमेर : (आत येऊन हुकूम पुढं करतो.) सरकार, ए रहा आपका हुक्म!

राघोबा : (सावधगिरीने खाकरतो, हुकूम घेतो.) तो नंतर पाहू; पण या बटकीला तुम्ही आत सोडलंत?

सुमेर : तो गुन्हा असेल, तर मी गुन्हेगार आहे.

राघोबा : पण ही त्या महालाची बटीक...

सुमेर : सरकार! ही त्या महालाची बटीक असली, तरी तिच्या इमानाबद्दल शंका नसावी.

राघोबा : एवढा विश्वास!

सुमेर : (लाजतो) जी!

राघोबा : (हसतो) ही बात आहे! सुमेरसिंग, मग आधीच आम्हाला का सांगितलं नाही? आम्ही आनंदानं ही बटीक तुला नजर केली असती.

(गुणवंता राघोबाचे पाय धरते.)

गुणी : सरकार, ते आपल्याच हातात आहे.

आनंदी : गुणी ऊठ! स्वारी पेशवे बनली, की आम्ही जरूर यात लक्ष

घालू; पण तोवर त्या महालाची खडान खडा माहिती आम्हाला मिळायला हवी.

गुणी : त्या महाली रडण्याखेरीज व्हायलंय काय?

आनंदी : बिचारी! तू जा.

(गुणवंती निघून जाते. आनंदीबाई हसत राघोबाजवळ जाते. हुकूम काढून घेते.)

आनंदी : पाहिलंत ना. वेळ फिरली की माणसं कशी फिरतात ती!

(राघोबादादा आनंदीबाईंच्या हातचा हुकूम काढून घेतात.)

राघोबा : आम्हाला तेच पाहायचं आहे. आमचा हुकूम कसा फिरला तो.

(हुकूम वाचतो. चिंतोपंत, आनंदीबाई कासावीस झालेले असतात.)

राघोबा : (संतापाने) हा दगा आहे! आम्ही धरावं असं लिहिलं असता, नंतर कुणीतरी मारावं केलं आहे.

चिंतो : 'ध' चा 'मा'

राघोबा : ही दगलबाजी! ही हिंमत! याचा पुरता छडा लावल्याखेरीज आम्ही राहणार नाही.

आनंदी : आणि कुणी केलं हे कळलं तर?

राघोबा : तर... समशेरीनं जागच्या जागी कत्तल केली जाईल.

आनंदी : मग स्वारींनी अनमान करू नये. स्वारींच्या कमरेला तलवार आहे ती खेचावी.

राघोबा : काय?

आनंदी : (शांतपणे) स्वारींच्या हुकुमात मी बदल केला.

राघोबा : तुम्ही?

चिंतो : बाईसाहेब!

राघोबा : पण का, कशासाठी?

आनंदी : तुम्ही मानानं जगावं म्हणून! पेशवे बनावं म्हणून!

राघोबा : (हताशपणे मंचकावर बसतो.) काय केलंत हे! कसल्या पापाचं धनी मला करून ठेवलंत.

आनंदी : पाप! आपल्या राज्याचा अधिकार डावलला ते पाप नव्हतं? नजरकैद पुण्यप्राप्तीसाठी दिली होती? हं! म्हणे पाप!

राघोबा : अहो, पण कसला अघोरी मार्ग शोधलात हा!

आनंदी : अशी कच खाऊन पेशवे होत नसतात. शास्त्रीपदाच्या मंचकावर जाताना कदाचित पंचगव्याचा शिडकावा केला जात असेल, पण सत्तेच्या पायघड्या रक्तानेच रंगत असतात, हे स्वारींनी विसरू नये.

राघोबा : सुमेरसिंग, तुम्ही जा! या महालावर कडक नजर ठेवा.

सुमेर : सरकार हुक्म...

राघोबा : तो राहू दे!

सुमेर : सरकार! दिलेलं वचन आणि इनाम मिळेपर्यंत हा हुक्म आमच्याकडेच राहील.

(आनंदीबाई हुकूम घेते. सुमेरकडे फेकते.)

आनंदी : हा घ्या! वचन जरूर पुरं केलं जाईल. स्वारी पेशवे झाल्यावर.

(सुमेरसिंग मुजरा करून जातो.)

राघोबा : कसलं इनाम! कसलं वचन!! पाच लाख दिलेत ना?

आनंदी : ते पकडण्याचे ठरले होते.

राघोबा : आणि...

आनंदी : त्याबद्दल त्यांनी नगर, पुरंधर आणि साष्टी किल्ले मागितलेत.

राघोबा : (उठतो) साष्टी, पुरंधर आणि नगर... म्हणजे दौलतीची नाकी. दौलतच पदरात टाकल्यासारखे होईल.

आनंदी : (तिरस्काराने) हं! स्वारींनी त्याची चिंता करू नये. ध चा मा करणाऱ्यांना हो चा ना करायला कितीसा वेळ लागेल? जे पेशव्यांवर वार करतात, त्यांना किल्ले दिले जात नसतात. त्यांना हत्तीच्या पायी दिलं जातं. तेवढेच त्यांच्या नशिबी असतं. (हसते)

चिंतो : वा! बाईसाहेब, आम्ही हरलो. एवढं राजकारणमुरब्बी म्हणवून घेतो, पण हे ध्यानी आलं नाही. सुंठीवाचून खोकला गेला.

आनंदी : आम्हा बायकांना काय कळणार? घरातल्या बटकी, तशाच आम्ही.

राघोबा : असं बोलू नका! हे मात्र खोटं हं! अहो, तुम्ही सांगितलं आणि आम्ही ऐकलं नाही असं कधी झालंय काय?

आनंदी : पुरे, पुरे. मघा केवढाले डोळे करीत होता.

राघोबा : ते रागाने नव्हे! तुमचं रूप डोळ्यात मावणं का सोपं! पण झालं ते...

आनंदी : आलात मूळ पदावर. सारं मनाजोगं घडलं. पार पडलं. आता कसलाही विचार न करता स्वारींनी मसनदीवर बसावं. ते पाहिल्याखेरीज आमच्या मनाला शांती लाभणार नाही.

राघोबा : पण लोक काय म्हणतील... नारायणाचे दिवस...

आनंदी : ते केव्हाच घातले. मेंढरांना मेंढपाळाची गरज असते. ज्याच्या हाती काठी, त्याच्यापुढे आपसुख कळप चालतो. चार इमानी कुत्री आणि सत्तेची काठी एवढंच लागतं.

चिंतो : स्पष्ट बोलावं लागतं दादासाहेब. हे राज्य त्या पोरवयाच्या नारायणाकडून का पेलणार होतं? राज्य तोलणं एवढं सोपं नाही. एवढे गोटीबंद प्रकृतीचे माधवराव, अकरा वर्षांत राजयक्ष्म्याचे बळी ठरले. ही जबाबदारी स्वीकारायला तेवढाच करारी, अनुभवी, पराक्रमी वीर लागतो. आपल्याखेरीज दुसरा नजरेत येत नाही.

आनंदी : अगदी खरं बोललात बघा.

चिंतो : तोंडावर स्तुती करीत नाही दादासाहेब! या नारायणरावांची कारकीर्द अशीच चालू राहिली असती, तर राज्याचे तीनतेरा व्हायला फारसा वेळ लागला नसता. आधीच पोर वय आणि त्यात बदसल्ला देणारे नाना, रामशास्त्री! आणखीन काय हवं?

आनंदी : वर्षसुद्धा झालं नाही, पण तेवढ्यात काय थेर केले. ज्यांच्या सल्ल्यानं जायचं त्यांना नजरकैद! प्रभू पाठाऱ्यांचे वैर...

चिंतो : वैर! वहिनीसाहेब, तुम्हाला माहिती नाही. नारायणरावांना अग्नी देण्याआधी या प्रभूंनी पिठाची मूर्ती करून प्रभूंकडून लिहून घेतलेला फतवा त्यावर जाळून टाकला.

आनंदी : असेल बाई! कारण नसता छळलं, ते भडकणारच.

राघोबा : आम्ही पेशवे असतो, तर हा अन्याय होऊ दिला नसता.

चिंतो : तेच म्हणतो आम्ही. मुत्सद्देगिरीचं बाळकडू प्यायलेले, रणांगणनीती जाणणारे, दूरदृष्टीचे आपण कुठे आणि कुठे तो बालबुद्धीचा पेशवा! दौलत म्हणजे काय पोरखेळ आहे?

राघोबा : या दौलतीच्या हितापायी आम्ही झिजलो. त्याखेरीज अन्य हित पाहिलं नाही.

चिंतो : आणि म्हणूनच सांगावंस वाटतं. झालं गेलं विसरून दौलतीकडे प्रथम लक्ष द्यावं. आपल्याखेरीज प्रजेला त्राता नाही. शक्यतो लवकर पेशवे बनून राज्याची धुरा आपण घ्यायला हवी.

आनंदी : चिंतोपंत, तुमच्यासारखी माणसं पाठीशी असता कसली चिंता! ऐकलंत का, आम्ही चिंतोपंतांना एक वचन दिलं आहे!

राघोबा : कसलं?

राघोबा : स्वारी पेशवे बनल्यावर चिटणीशी त्यांना देतो म्हणून.

राघोबा : हे पाहा, हे मात्र आमच्याने होणे नाही.

चिंतो : दादासाहेबांना ते अवघड वाटत असेल, तर पुणे वतनाची कुलकर्णीकी मिळावी.

राघोबा : असंभव!

आनंदी	:	अहो, असं काय करता?
चिंतो	:	(त्रासिकपणे) आमचा हट्ट नाही. कशी का होईना, पण आपली सेवा घडावी एवढीच इच्छा. शनवारवाड्याची कोतवाली मिळाली तरी चालेल.
राघोबा	:	तुम्हाला चालत असेल, आम्हाला नाही. (आनंदीबाई, चिंतोपंत चकित होतात. दोघांकडे पाहून राघोबादादा मोठ्याने हसतात.) असे पाहता काय? चिंतो विठ्ठल रायरीकर, आम्ही पेशवे बनताच तुम्हाला कारभारी करणार आहोत. दौलतीचा कारभार चिंतोपंत पाहतील.
चिंतो	:	आणि सखारामबापू?
राघोबा	:	नारायणरावाचा वध झाल्यापासून त्यांचा तोल सुटला आहे. त्यांनीच कारभारीपद नको म्हणून सांगितलं आहे.
आनंदी	:	देव देतो आणि कर्म नेतं ते असं! चिंतोपंत तुम्ही उद्याचे कारभारी. तुम्हाला उसंत नाही. आजच कुलोपाध्यायांना बोलावून घ्या. स्वारीचा सत्ताग्रहणाचा मुहूर्त काढा. साताऱ्याला खलिता गेला आहे. स्वारींच्या नावे वस्त्रे येताच दरबार भरवा. त्या तयारीला लागा.
चिंतो	:	त्याची काळजी नसावी. नारायणरावांच्या वेळच्या आमंत्रितांच्या याद्या दप्तरी आहेत. मुहूर्त निश्चित झाला, की सर्वत्र स्वार रवाना होतील. रामशास्त्री सिद्धटेकहून आलेले नाहीत. नानाही पुण्यात नाहीत. ते येताच...
राघोबा	:	नको, नको! त्यांची बाब आम्ही जातीनिशी हाताळू.
आनंदी	:	ठीक! तुम्ही चला. (चिंतोपंत जातो. राघोबाकडे आनंदीबाई पाहत असतात.)
राघोबा	:	काय पाहता?
आनंदी	:	आपल्याला.
राघोबा	:	आम्हाला?
आनंदी	:	आजचे नव्हे, कालचे! अटकेपार जाऊन, मोहीम गाजवून, उत्तरेच्या सनदा घेऊन स्वारी आली. त्या मोहिमांचं यश फक्त आपलंच होतं; पण लोकांना दिसले पेशव्यांचे टपोरे मोती. सारं श्रेय भलत्यांनी पटकावलं. त्या वेळी स्वारींना ओवाळण्याचंही धैर्य मला झालं नाही.
राघोबा	:	बाईसाहेब!
आनंदी	:	आपण पडलात भोळे, सरळ स्वभावाचे, राज्याशी इमानी.

नानासाहेबांनी पर्वतीवर देह ठेवला. आपल्यासारखा कर्ता, जाणता वारस घरी असताही तो कुणाला दिसला नाही. थोरपण पदरी घेतलंत आणि त्या माधवाला पेशवा करून मोकळे झालात.

राघोबा : ते आमचं कर्तव्यच होतं.

आनंदी : कर्तव्याची जाण तुम्ही पाळलीत आणि आपल्या पदरात काय आलं? ज्याच्या भरारीची कीर्ती साऱ्या हिंदोस्तानात पसरली, त्या गरुडाचे पंख त्याच्याच आप्तस्वकीयांनी छाटावे. आपणच निजामाचा पराभव करून त्याला चौदा लक्षाचा मुलूख ओकायला लावला होतात ना? त्या पराक्रमाचं चीज काय? प्रतिराज्य उभं करण्याची ज्याची ताकद, तो पेशव्यांचा बलशाली, पराक्रमी वारस दरबारचा सामान्य मानकरी बनला. आपलं बाहुबल विसरून नजरकैदेचा गुलाम ठरला.

राघोबा : बाईसाहेब, नुकत्याच कोठे जखमा भरून निघताहेत तोवर त्यांचीच आठवण?

आनंदी : उद्यासाठी.

राघोबा : उद्यासाठी?

आनंदी : (राघोबा पुढे येत असलेले पाहून) अं हं! तसंच उभं राहावं. हे रूप डोळ्यांत साठवू दे! स्वारींनी भरजरी पोशाख केलेला असेल. दुशेल्यात लटकणाऱ्या तलवारीवर उजवा हात विसावेल. रासज मुद्रेवरील काळ्याभोर भुवयांमध्ये चमकणारा शेंदूरतिलक आपण गणेशदर्शनाहून आला आहात हे सुचवून मोकळा होईल. ज्याच्या मस्तकी पेशव्यांचा शिरपेच झगमगतो आहे असे आपण, आपल्या दर्शनासाठी उतावीळ झालेल्या राजदरबारात आपल्या खाशा मानकऱ्यांसह प्रवेश कराल. सरदार मानकऱ्यांच्या माना मुजऱ्यासाठी झुकतील. फुलांच्या पायघड्यांवरून मसनदीकडे जाणारी स्वारी आम्ही पाहू, तेव्हा स्वर्ग धरेवर अवतरल्याचा आम्हाला भास होईल.

राघोबा : केवढं सुंदर, भव्य स्वप्न हे!

आनंदी : हे स्वप्न नाही. ही उद्याची हकिकत आहे. आपल्या पावलांनी चालत आलेला हा शिरपेच स्वारींच्या पगडीवर कसा दिमाखानं चमकेल ते मला आजच डोळे भरून पाहू दे.
(आनंदीबाई तबकातला शिरपेच उचलतात. राघोबांच्या पगडीवर लावण्यासाठी हात उंचावतात. राघोबांच्या प्रसन्न चेहऱ्यावरचे स्मित

विरघळते. चेहरा भीतियुक्त होतो. नजर त्या शिरपेचावर स्थिरावलेली असताना, त्याकडे बोट दाखवतात.)

राघोबा : हिऱ्यांचा रंग शुभ्र असतो ना? मग... मग हे इंगळासारखे लाल का दिसतात?

आनंदी : असं काय करायचं ते... शिरपेच लावून घ्यावा.

(राघोबा भीतीने मान वळवतात. त्यांना माधवरावांचा आवाज ऐकू येतो. ''काय केलंत हे काका! ज्या पोराला मायेनं पंखाखाली घ्यायचं, त्याला मारेकऱ्यांच्या धारेखाली टाकलंत? हे राघोभरारी कसले? भ्याड... नादान... मारेकरी... मारेकरी... मारेकरी...'')

(त्या दृश्याने भयभीत झालेले राघोबा विरुद्ध बाजूला पाहतात. नारायणरावांचा आवाज.)

(आवाज येतो ''काका मला वाचवा... कुठल्याही किल्ल्यावर... कोठेही ठेवा... नाचणीची भाकरी घाला... मला टाकू नका काका... तुम्ही टाकलंत तर मला कोणी वाचवणार नाही... नाही... नाही...'')

(राघोबा समोर पाहतात. आनंदीबाईचा हात पगडीजवळ आलेला असतो. राघोबा शिरपेच झटकतात. शिरपेच पडतो. प्रवेश संपतो.)

(प्रवेश पहिला समाप्त)

प्रवेश दुसरा

स्थळ : *रामशास्त्रीचे घर.*
(नाना फडणीस उभे आहेत. रामशास्त्री वैतागाने फिरत आहेत.)

रामशास्त्री : नाही नाना! माझ्या बुद्धीला हे पटत नाही. तुम्ही, बापूसारखी माणसं या पुण्यात असता हा अघोरी प्रकार! हे घडलंच कसं?

नाना : त्या दिवशी मी पुण्यात नव्हतो. तो दिवस सोमवारचा होता. रघुजी आंग्ऱ्यांचा तळ पर्वतीखाली होता. श्रीमंत त्यांना भेटायला गेले, तेव्हा रघुजीरावांनी गारद्यांच्या कटाची कुणकुण कानी आल्याचं सांगितलं. श्रीमंतांना सावध केलं.

रामशास्त्री : आणि एवढं कळूनही श्रीमंत पर्वतीवर गेले?

नाना : गणपती उत्सवाच्या निमित्ताने चिंचवड देव व हरिभक्त बाबा पर्वतीवर आले होते. त्यांच्या पंक्तीला हजर राहू असं श्रीमंतांनी

वचन दिलं होतं. श्रीमंत पंक्तीला राहिले आणि हरिपंत फडक्यांना वाड्यात जाऊन गारद्यांचा छडा लावण्यास सांगितले.

रामशास्त्री : मग हरिपंतांनी काय केलं?

नाना : वेळ आली की काही सुचत नाही. सुचलं तरी विपरीत सुचतं.

रामशास्त्री : काय झालं?

नाना : हरिपंतांस त्याच दिवशी रंगो कान्हेऱ्यांकडे भोजनास जायचं होतं. त्यांना ही बाब एवढी गंभीर असेल असं वाटलं नाही.

रामशास्त्री : आणि श्रीमंतांच्या जिवावर बेतलं असताही हरिपंत भोजनाला गेले, असंच ना?

नाना : गारद्यांची नेहमीच गडबड उडते. येथवर मजल जाईल, याचा अंदाज तरी कसा बांधावा!

रामशास्त्री : नाना, निदान तुम्ही तरी हे बोलू नये. धन्याला सावधगिरीनं सदैव राखणं हा सेवकाचा धर्म. (थांबतात) धर्म म्हणता आठवलं.

नाना : काय झालं?

रामशास्त्री : आपण घरी आलात, पण दुग्धशर्करा सोडा, साधं गूळपाणीही मी आपल्याला देऊ शकत नाही.

नाना : वहिनी घरात नाहीत वाटतं?

रामशास्त्री : हा प्रकार घडल्यापासून त्यांना वारंवार वाड्यात जावं लागतं.

नाना : अशा वेळी धीराची माणसं लागतात.

रामशास्त्री : कसला धीर! कुणी द्यायचा! त्या बिचारीचं कपाळीचं कुंकू हरवलं, आभाळ फाटलं बिचाऱ्या वहिनीसाहेबांवर...
(दरवाजा खटखटला जातो. रामशास्त्री दार उघडतात. शालू नेसलेल्या, सालंकृत अशा जानकीबाई आत येतात. नाना फडणीस नमस्कार करतात. रामशास्त्री जानकीबाईंकडे पाहत असतात.)

रामशास्त्री : क्षमा असावी, मंडळी घरी नाहीत. त्या आल्या की आपण यावं?

जानकी : असं काय बोलायचं ते. मी आलेय ना!

रामशास्त्री : मी आपल्याला ओळखीत नाही. मंडळी आली की आपण यावं.
(जानकी ओशाळपणे मागे सरते. रामशास्त्री दार ओढून घेतात.)

नाना : शास्त्रीबुवा, आपली काहीतरी गफलत होते आहे. आता आल्या होत्या त्या वहिनीच होत्या ना?

रामशास्त्री : आमच्या मंडळींना आम्ही अधिक ओळखतो. त्या आल्या असत्या तर निश्चितपणे त्यांना प्रवेश मिळाला असता.
(क्षणभर नानांना बोलणे सुचत नाही.)

नाना	:	मी काल वाड्यावर गेलो होतो. दादासाहेब आपली आठवण काढत होते.
रामशास्त्री	:	त्या वाड्यात जाण्याचं बळ आता पायी राहिलं नाही. पेशवे राज्याचे कर्ते असले, तरी खरी जबाबदारी अमात्य, कारभारी, चिटणीस, न्यायाधीश यांचीच असते. ते शल्य मनाला खुपतं. कुठंतरी आपलीच कसूर झाली असं वाटतं.
नाना	:	पगारावरून गारद्यांनी खिडकीदरवाज्यापाशी बाचाबाची आरंभली. तेथे बुधसिंग जमादार होता. त्याने गारद्यांना रोखण्याचा प्रयत्न केला, तेव्हा त्याला ठार करून गारदी वाड्यात घुसले. आडवे आलेल्या इच्छारामपंत, आबाजीपंत यांची कत्तल झाली. वाटेत आलेल्या गायी मारल्या. श्रीमंतांचा वध झाला आणि वाड्याचे दरवाजे बंद झाले. आत फक्त कल्लोळ राहिला.
रामशास्त्री	:	इच्छारामपंत गेले! वचनाला जागले. बिचारे श्रीमंत, एवढ्या मोठ्या वाड्यात एकाकी मारले गेले. छातीचा कोट करून उभ्या असलेल्या शनिवारवाड्यात पेशव्यांच्या पाठीत खंजीर खुपसला गेला. हे विश्वासघातकी गारदी आणि त्यांच्यावर भरोसा ठेवणारे पेशवे यांची संगत केव्हा सुटणार कोण जाणे!
नाना	:	एवढी सरळ गोष्ट नाही ही शास्त्रीबुवा!
रामशास्त्री	:	काय सांगायचंय नाना? बोला!
नाना	:	पेशव्यांवर वार करण्याची गारद्यांची हिंमत नाही. हा उघडउघड कट आहे असं बोललं जातं. खुद्द दादासाहेबांचा यामागे हात असावा.
रामशास्त्री	:	नाना, लोक काहीही बोलतात म्हणून तुम्ही बोलू नका. लोकप्रवादाला जबाबदार माणसांनी साथ दिली, तर ती अनर्थकारी ठरते. तुमच्यासारख्या जाणत्या, जबाबदार माणसानं असं... चुकूनही बोलू नये.
नाना	:	पण शास्त्रीबुवा!
रामशास्त्री	:	नाही नाना! या गोष्टी माझ्या बुद्धीला पटत नाहीत. सबंध राज्य हादरून टाकणारा असा धरणीकंप होतो, तेव्हा तर्ककुतर्कांच्या हजार वावटळी उठत असतात. स्थिर विचाराच्या माणसाची बुद्धीही अशा वावटळीत भिरभिरली, तर कसं चालेल? कठोर आणि नि:पक्षपाती तर्काच्या निकषानं सिद्ध झालेलं शंभर नंबरी सत्यच माझ्या न्यायबुद्धीला पटतं. दादासाहेबांच्या मनात वैरभाव आला,

तर समशेर घेऊन ते रणांगणात उतरतील. मारेकरी घालण्याची त्यांची वृत्ती नाही. आळेगावला सैन्यबळावर रणांगणात ते उभे राहिले. माधवरावांच्या अंतकाळी गारदी घेऊन ते थेऊरवर उजळ माथ्यानं चालून आले. ते दुबळे असतील, पण भेकड खास नाहीत.

(बाहेरून हाक येते. 'शास्त्रीबुवा आहेत का?' 'कोण?' म्हणत शास्त्रीबुवा दरवाजा उघडतात. वयोवृद्ध रास्ते आत प्रवेश करतात.)

रामशास्त्री : कोण? मामासाहेब रास्ते! यावं. यावं, घर आपलंच आहे. दारात उभे का?

(रास्ते आत येतात. नाना नमस्कार करतात.)

रास्ते : न्यायाधीशाच्या घरी नम्रतेनंच जावं. निजामानं स्वारी केली. पुणं वाचविण्यासाठी आम्ही काही वाडे दाखविले, तर यांनी आम्हाला दंड केला. कोणच्या क्षणी कोणचा गुन्हा पदरात बांधतील याचा भरवसा कुणी द्यावा.

रामशास्त्री : मामासाहेब, आपल्याला दंड करण्यात सेवकाला का आनंद होतो? ज्याचे हात न्यायासनात गुंततात, तेथे भावनेला थारा नसतो.

रास्ते : पण आपल्या न्यायनिष्ठुरतेपायी एक घर उजाड झालं.

रामशास्त्री : न्याय परिणाम जाणत नाही.

रास्ते : पण आम्ही भोगतो ना! तुम्ही केलेल्या दंडापायी आम्ही बहिणीला दुरावलो. मातृभक्त माधवाला अखेरच्या क्षणीदेखील मातृदर्शन झालं नाही. आम्हाला पाच हजारांचा दंड करून मोकळे झालात आणि लाखमोलाची माणसं त्यानं भरडून निघाली.

नाना : मामासाहेब, झाल्या गोष्टी होऊन गेल्या. खुद्द श्रीमंतांनीच रामशास्त्र्यांनी दिलेला न्याय मान्य केला होता ना? न्यायदानाइतकं कठोर व्रत नाही.

रास्ते : तेच आम्हाला पाहायचं आहे. त्यासाठीच आम्ही इथं आलो, नाहीतर या घरात पाऊलही ठेवण्याची आमची इच्छा नव्हती. शास्त्रीबुवा, आम्हाला जाब हवा.

रामशास्त्री : कसला जाब?

रास्ते : खुद्द शनिवारवाड्यात पेशव्यांचा खून झाला. त्या मारेकऱ्यांना तुम्ही काय शिक्षा देणार आहात?

रामशास्त्री : आम्ही न्यायाधीश असलो आणि न्यायासनासमोर कुणी पुराव्यानिशी फिर्याद आणली, तर जरूर आम्ही चौकशी करू.

रास्ते : न्यायाधीश असलो म्हणजे...

रामशास्त्री : पेशव्यांनी न्यायाधीश नेमायचा! जे पेशवे असतील त्यांनी आमची नेमणूक केली, तरच आम्ही निर्णय करणार ना?

रास्ते : खुद्द पेशव्यांचा मारेकरी, पेशव्यांच्या मसनदीचा वारस कसा बनेल?

रामशास्त्री : ते मला माहीत नाही. तो अधिकार छत्रपतींचा आणि दरबारी मानकऱ्यांचा.

रास्ते : चांगली पळवाट शोधलीत.

रामशास्त्री : ही पळवाट नाही. आपल्या घराण्याची काळजी वाहू पाहणाऱ्यांना सत्य परिस्थितीची दिलेली समज आहे.

रास्ते : समज...

रामशास्त्री : हो! मी आपल्याला विचारतो, मी न्यायाधीश राहिलो, तरी दादासाहेबांच्या विरुद्ध फिर्याद कोण देणार? तुम्ही द्याल?

रास्ते : (भीतीने) मी...?

रामशास्त्री : (नानांना) नाना, तुम्ही फिर्यादी बनाल?

नाना : आम्ही प्रथमपासून श्रीमंतांच्या बाजूचे, म्हणून आधीच आमच्यावर इतराजी झालेली...

रामशास्त्री : समजलं... मग न्यायनीतीच्या वल्गना करू नका... साक्ष पुराव्याखेरीज न्यायनिर्णय होत नसतो.

रास्ते : हं! हे शहाणपण आम्हाला सांगू नका. म्हणे साक्ष! रास्ते थोडे चुकले, तर त्यांच्याकडे बोट दाखवायला पन्नास उभे राहिले. कारण रास्ते साधे सरदार होते; पण पेशव्यांच्या विरुद्ध कोण बोट दाखवणार?

रामशास्त्री : ज्याला न्यायनीतीची चाड आहे, असा कुणीही दाखवील.

रास्ते : मग तुम्हीच का ते करीत नाही?

रामशास्त्री : मी?

रास्ते : पांडित्य सांगणं सोपं असतं शास्त्रीबुवा... पण... आचरण...

रामशास्त्री : कुणाला बोलता हे? या रामशास्त्र्याला...

रास्ते : हो शास्त्रीबुवा, निदान त्या गळ्यात असलेल्या कंठ्याची तरी लाज बाळगा. आम्हाला दंड केलात, तेव्हा तुमच्या कठोर न्यायदानावर प्रसन्न होऊन श्रीमंत माधवरावांनी तो कंठा आमच्यादेखत तुमच्या गळ्यात घातला. सांगितलं, कधी काळी खुद्द पेशवे जरी गुन्हेगार म्हणून सामोरे आले, तरी त्या वेळी न्याय देण्यापासून तुमची जिव्हा विचलीत होऊ नये. तेवढंच

सांगायला आलो... जातो.

रामशास्त्री : थांबा मामासाहेब, हेही ऐकून चला. श्रीमंत माधवरावसाहेबांनी दिलेला हा कंठा आम्ही सदैव आमच्या छातीवर धारण करतो. अलंकार म्हणून नव्हे, तर कंठा आमच्या गळ्यात बांधताना श्रीमंतांनी उच्चारलेले ते वेदवाक्य आमच्या हृदयाच्या गाभाऱ्यात सदैव घुमत राहावं म्हणून. त्या कंठ्याची आणि त्या शब्दांची आठवण तुम्ही करून देण्याची गरज नाही. श्रीमंतांनी आपल्या गळ्यातला कंठा स्वहस्ते आमच्या गळ्यात बांधला तो आमच्या नि:स्पृह आणि न्यायनिष्ठुर स्पष्टोक्तीसाठी आणि आताही योग्य वेळ आली, की तितक्याच नि:स्पृह आणि न्यायनिष्ठुर स्पष्टोक्तीनं आम्ही या गळ्यातल्या कंठ्याचा आब राखू. मामासाहेब, आपण निश्चिंत असा.

रास्ते : हो; पण ती योग्य वेळ येणार केव्हा?

रामशास्त्री : मामासाहेब, मघाशी आम्ही जे नानांना सांगितलं, तेच आपल्यालाही सांगतो. आताचा प्रसंग बाका आहे. प्रत्यक्ष पेशव्यांची हत्या झालेली आहे. धरणीकंपासारखं हे संकट. भल्याभल्यांचे पाय लटपटावेत, मस्तक चक्रावून जावं, अशी ही कुवेळ. अशा वेळी, केवळ श्रीमंतांच्या या प्रसादाच्या बळावरच मी जमिनीवर भक्कम पाय रोवून आणि मस्तक स्थिर ठेवून उभा आहे. हजार अफवांच्या वावटळींनी दृष्टी आंधळी झाली असतानाही, केवळ या एका ज्योतीच्या प्रकाशात मार्ग शोधण्याचा प्रयत्न करतो आहे. अद्याप पेशव्यांच्या खुनाचं रहस्य शनिवारवाड्याच्या चिरेबंदी कडेकोट बंदोबस्तात आहे. या चिरेबंदीला तडा जाऊन सत्याचं शंख निर्मळ पाणी बाहेर येईल, त्याच वेळी या रामशास्त्र्याची वाणी तलवारीच्या तेजानं आपलं म्यान सोडून बाहेर पडेल.

रास्ते : आणि तोपर्यंत?

रामशास्त्री : तोपर्यंत रामशास्त्र्यांचे हात सत्याच्या शोधासाठी त्या चिरेबंदीवर अखंड घणाचे घाव घालीत राहतील.

रास्ते : ठीक आहे. या शब्दांची आठवण आपल्याला करून द्यायची वेळ मात्र आमच्यावर आणू नका. नाही... काळ फिरला, की शब्दही फिरतात म्हणून म्हटलं.

रामशास्त्री : रामशास्त्र्यानं दिलेला न्याय कधी फिरला नाही आणि त्याच्या मुखातून उच्चारलेला गेलेले शब्दही कधी फिरणार नाही.

(रास्ते निघून जातात.)

रामशास्त्री : नाना, तुम्ही काहीही म्हणा. यात दादासाहेबांचा हात असेल, हे तर्काला पटत नाही. असले पराकोटीचे निर्णय एकट्यानं घेण्याइतके दादासाहेब उलट्या काळजाचे राजकारणी नाहीत. कुणी दुसऱ्यानं सल्ला द्यावा आणि यांनी मम म्हणावं, हा त्यांच्या राजकारणाचा आजवरचा शिरस्ता; पण त्यांच्या सल्लागारांतही असा निकराचा सल्ला देण्याची हिंमत मला तरी फक्त एकाचीच दिसते... सखारामबापूंची. त्यांनी असा सल्ला दिला असेल हे संभवत नाही. कुटील राजनीतीत त्यांचा हात धरील असा आज कुणी नसला, तरी स्वत:चे हात पेशव्यांच्या रक्तानं रंगवण्याइतके ते कुविचारी नाहीत. खुनाची बातमी कळताच, तो धक्का असह्य होऊन भ्रमिष्टासारखे तीन दिवस ते पुण्याच्या रस्त्यातून सैरभैर फिरत होते, हे खरं ना?

नाना : हो. अद्यापि ते पुरे ताळ्यावर आले नाहीत.

रामशास्त्री : यापेक्षा त्यांच्या निर्दोषीपणाचा पुरावा तो कोणता? लोक हवं ते बोलतील, उद्या कुणी तुम्ही आणि मी हा कट तयार करून पुरावा राहू नये यासाठी मुद्दाम पुण्याबाहेर गेलो, असं म्हटलं तर... काय उत्तर द्याल?

(दरवाजा खटखटला जातो. रामशास्त्री दार उघडतात. रामशास्त्र्यांच्या पत्नी साध्या वेषात प्रवेश करतात. पाठोपाठ गुणी दासी असते. नाना जानकीबाईंना नमस्कार करतात.)

रामशास्त्री : अहो! मघा कुणी आपल्या भेटीसाठी आलं होतं. श्रीमंत घराण्याच्या दिसत होत्या.

जानकी : समजलं!

(गुणी पुढे येते. रामशास्त्र्यांच्या पाया पडते.)

रामशास्त्री : आयुष्यमान भव! सर्व क्षेम आहे ना?

गुणी : शास्त्रीबुवा! ज्यांनी लाज राखली, त्यांची भरदिसा खांडोळी पडली आणि ज्या माऊलीनं मायेची शाल घातली ती हातीकपाळी मोकळी झाली.

रामशास्त्री : दैवगतीपुढे कोण काय करणार?

गुणी : कसलं दैव! लेकरावर मारेकरी घालणारा मांग! भुतांनी घर भरलं आणि देवासारखी माणसं त्यांना भिऊन तोंड लपवून बसली.

नाना : कुणाला बोलतेस हे!

गुणी	:	(रामशास्त्र्यांकडे बोट दाखवत) यांना. एका बटकीच्या लाजेपायी धावून येनारं. हे धन्याची खांडोळी पडली, तरी घरात का बसल्यात?
रामशास्त्री	:	गुणवंता! काय बोलतेस हे.
गुणी	:	काय बोलते! तुमच्या बाईसाईबास्नी इचारा. उघड्या डोळ्यांनी बघितलंय त्यांनी. एकाच घरात नवरा गेला म्हणून एक बाई ऊर पिटतीया आणि दुसऱ्या महालात जरी-लुगड्याची घडी मोडत दुसरी बाई बसलीया.
रामशास्त्री	:	गुणी, धन्याबद्दल असे उद्गार काढणं सेवकांचा धर्म नव्हे.
गुणी	:	कोण धनी? धनी तुमचा असंल. माझा धनी कवाच कुत्र्याच्या मौतीनं मारला गेला. राहिलाय त्यो मारेकरी.
रामशास्त्री	:	खबरदार एक शब्द पुढे बोलशील तर. गुणी, तुझं दु:ख, तुझा संताप मी समजू शकतो; पण लक्षात ठेव, दु:खानं संतापून एखादी मुंगी हत्तीच्या पायाला चावायला धावली, तर ती मुंगी हत्तीच्या पायाखाली चिरडली जाते. हत्तीला तिची दखलसुद्धा नसते.
गुणी	:	व्हय, पर तीच मुंगी हत्तीच्या कानात शिरली तर?
रामशास्त्री	:	(क्षणभर तिच्याकडे पाहून) हत्तीच्या कानापर्यंत जा आणि मग तिथून मला हा प्रश्न विचार. त्या वेळी योग्य ते उत्तर मी तुला देईन. तोपर्यंत मात्र नुसतीच जीभ चालवून लहान तोंडी मोठा घास घेऊ नकोस.
गुणी	:	बाईसाहेबांनी हे द्यायला पाठवलं व्हतं. आनी यांची सोबत करायची व्हती म्हणून म्या आले. हे घ्या.
		(एक सुरळी रामशास्त्र्यांच्या हाती देते.)
रामशास्त्री	:	काय हे? (म्हणत सुरळी उघडतात. ते तोरण असतं.) तोरण?
गुणी	:	व्हय! दादासाब पेशवे बनल्यात नव्हं. गावच्या सगळ्या घरांवर आज तोरण-गुढी उभा हाय. हुकूमच हाय तसा. वाड्यावर बी तोरण लावलंय. बाईसाहेबांच्या महाली लावण्यासाठी तोरण आलं होतं, तेच बाईसाहेबांनी आपल्याकडे पाठवलंय. येते मी.
रामशास्त्री	:	थांब गुणी! बाईसाहेबांना अत्यंत नम्रपणे आमचा निरोप सांग. त्यांना म्हणावं, रामशास्त्री श्रीमंतांच्या सुतकात आहेत. सुतकी घरावर तोरण लावलं जात नाही. जाणार नाही.
		(रामशास्त्री संतापाने तोरण फेकतात. गुणी निघून जाते.)
रामशास्त्री	:	नाना, मी हे काय ऐकतो आहे?

नाना	:	साऱ्यांनाच काही समजेनासं झालं आहे. श्रीमंत गेले नाहीत, तोच दादासाहेबांनी आपली द्वाही शहरभर फिरवली. मिरवणूक काढली. गुढ्या-तोरणें उभी केली. सक्तीने.
रामशास्त्री	:	हा दोष त्यांचा नाही. श्रीमंत मारले गेले. आलेल्या सत्तेने दुःखाचा विसर पडला.
नाना	:	म्हणून गुढ्या-तोरणं उभी करायची? तर कारण तरी...
रामशास्त्री	:	कारण? एकच! सत्तेच्या पायऱ्यांवर विवेकाच्या पायघड्या हंतरलेल्या असतात. त्या तुडवूनच सत्ता गाठता येते. त्या वेळी काळ-वेळाचं भान कुठलं? दादासाहेबांच्या संगती कोण आहे?
नाना	:	भवानराव प्रतिनिधी, सदाशिव रामचंद्र, विठ्ठल विश्राम आणि चिंतो विठ्ठल रायरीकर.
रामशास्त्री	:	छान! दादासाहेबांच्या हलक्या कानात हा चौकडा छान बसला! नाना, ही अत्यंत सावधगिरीची वेळ आहे. अशा वेळी आपली माणसं पारखून घ्यायला हवीत.
नाना	:	त्याचाच विचार करतो आहे. ही एवढ्या त्वेषाने बोलणारी गुणवंताच ना! सध्या गंगाबाईसाहेबांच्या महाली असते.
रामशास्त्री	:	हो. का?
नाना	:	काल दादासाहेबांच्या भेटीहून येत असता गणेश दरवाज्याजवळ ही सुमेरसिंगाबरोबर खिदळत होती.
जानकी	:	नाही हो. मी चांगली ओळखते तिला. ती विश्वासू आहे.
नाना	:	जेथे पुतण्याला चुलत्याचा विश्वास देता आला नाही, तेथे बटकीचा भरोसा कोण धरणार!
रामशास्त्री	:	ही बाब ध्यानी घ्यायला हवी!
नाना	:	खूप वेळ झाला. शास्त्रीबुवा, मी येतो. (जायला वळतात.)
रामशास्त्री	:	नाना!
नाना	:	काय शास्त्रीबुवा?
रामशास्त्री	:	आज दादासाहेबांच्या मिरवणुकीत तुम्ही होतात?
नाना	:	हो. दादासाहेबांचा हुकूम झाला, तेव्हा उपचार म्हणून पाचपन्नास पावलं स्वारीबरोबर चाललो आणि गर्दीत मिसळून बाहेर पडलो झालं.
रामशास्त्री	:	अस्सं! तुम्ही राजकारणी. तुम्हाला उपचार पाळायलाच हवेत. नाना, दादासाहेबांच्या स्वारीचा हत्ती तुम्ही पाहिलाच असेल?

नाना	:	हो, अर्थातच!
रामशास्त्री	:	आणि त्या हत्तीवरच्या अंबारीत बसलेले दादासाहेबही पाहिले असतील?
नाना	:	पेशव्यांच्या अंबारीत दादासाहेबांना पाहण्याची हिंमतच झाली नाही. काळीज कापत होतं. खाली मान घालून कसाबसा पाचपन्नास पावलं चाललो इतकंच.
रामशास्त्री	:	खाली मान घालून चाललात? अस्सं! मग नाना, त्या हत्तीच्या पायातले चांदीचे तोडे तरी पाहिले असतीलच.
नाना	:	तुम्हाला काय सुचवायचंय शास्त्रीबुवा?
रामशास्त्री	:	मला इतकंच म्हणायचंय, नाना, राजकारणातल्या शहाण्यासुरत्यांची सद्सदविवेकबुद्धी राजसत्तेच्या पायाला बांधलेल्या चांदीच्या तोड्यासारखी नसावी, तर अंकुशासारखी राजसत्तेच्या मस्तकावर असावी.
नाना	:	समजलो शास्त्रीबुवा. येतो मी.
		(नाना जातात.)
रामशास्त्री	:	ही गुणी कुठे भेटली?
जानकी	:	ते सारं सांगते, पण प्रथम क्षमा केली म्हणावं.
रामशास्त्री	:	कशाबद्दल?
जानकी	:	माझा काही दोष नाही. दादासाहेबांच्या महालातून बोलावणं आलं म्हणून गेले. तेथे बाईसाहेब पैठणी खरेदी करीत होत्या. त्या म्हणाल्या...
रामशास्त्री	:	काय म्हणाल्या...
जानकी	:	राज्याच्या न्यायाधीशाच्या पत्नीला असं साधं राहणं शोभतं का?
रामशास्त्री	:	तुम्ही काय सांगितलंत?
जानकी	:	त्यांनी मला बोलूच दिलं नाही. शपथ घालून शालू नेसायला लावला. बळेबळे आपले दागिने अंगावर घातले. स्वतःच्या हातांनी.
रामशास्त्री	:	आणि मिरवत घरी आलात, असंच ना?
जानकी	:	ती काय मला हौस होती? आपण घरात घेतलं नाही. नानांच्यादेखत. जमीन दुभंगून पोटात घेईल तर बरं असं वाटलं. तशीच वाड्यात गेले आणि गंगाबाईसाहेबांच्या महाली जाऊन ती पैठणी, दागिने गुणीकडून आनंदीबाईसाहेबांकडे पाठवून दिले.
रामशास्त्री	:	चांगलं केलंत. आमची तीच अपेक्षा होती. जानकी, माणसं सुंदर दिसतात ती रूपाच्या देण्यानं किंवा श्रीमंती थाटानं नव्हे. ती

शोभतात शुद्ध मनानं, निष्कलंक चारित्र्यानं, अव्यभिचारी तत्त्वनिष्ठेनं. त्याचमुळे तुम्हा स्त्रियांना दृष्ट लागू नये म्हणून गळ्यात काळी पोत आणि मस्तकी सूर्यतेज बाळगणारं सौभाग्यलेणं दिलं आहे. जानकी, एक दिवसाला पुरेल इतकाच शिधा घरात ठेवण्याचा आग्रह मी का धरतो माहीत आहे? उद्याची तरतूद करायला माणूस ज्या क्षणी सुरुवात करतो, त्याच क्षणी त्याच्या अध:पतनाला सुरुवात होते. मग ती तरतूद उद्याची राहत नाही. महिन्याची, वर्षाची, जन्मभराची आणि शेवटी सात पिढ्यांची तरतूद करण्यासाठी तो घसरतच जातो. या घसरगुंडीत स्वत:चं मन, स्वत:ची सद्सदविवेक बुद्धी, स्वत:चा धर्म, यांच्या पार ठिकऱ्या होताहेत, हे त्याच्या लक्षातही येत नाही. निर्धारानं मी स्वत:ला या घसरगुंडीपासून दूर ठेवीत आलेलो आहे. जानकी, माझ्यासारख्या अनासक्तीचं व्रत घेतलेल्या माणसाच्या गळ्यात वरमाला घातलीस, त्याच घटकेला जन्मभराचा वनवास पत्करलेला आहेस. नावानं तू जानकी आणि मी राम असलो, तरी वनवासातल्या त्या जानकीप्रमाणे सुवर्णमृगाचा मोह कधीही पडू देऊ नकोस, कारण सुवर्णमृगाच्या मागोमाग येणाऱ्या रावणाचं पारिपत्य करण्याचं प्रभू रामचंद्राचं सामर्थ्य या रामशास्त्र्यात नाही. म्हणूनच, रामशास्त्री फक्त निर्मोही जानकीलाच ओळखू शकतो. राजवस्त्रांनी आणि सोन्यामोत्यानं मढवलेल्या अपरिचित जानकीची ओळख त्याला कशी पटावी?

जानकी : चुकलं म्हटलं ना!

रामशास्त्री : चुका केल्याखेरीज शहाणपण सुचत नाही. आमचा राग नाही. वाड्याची काय हालहवाल आहे?

जानकी : हाल भरपूर आहेत. हवाला मात्र कसलाच नाही. या घटकेला एकाच वेळी शनिवारवाड्यात अमावस्या आणि पौर्णिमा अवतरल्या आहेत. कुठल्या पंचांगातसुद्धा ही ग्रहदशा कोणी मांडली नसेल.

रामशास्त्री : अमावस्या आणि पौर्णिमा... एकाच वेळी.

जानकी : आपण शास्त्री आहात. बळ असेल तर जाऊन पाहावं, रावसाहेबांच्या महाली भकास नजरेने बसून राहिलेल्या गंगाबाईसाहेब. आता त्यांना पाहिलंत, तर आपण त्यांना ओळखणारसुद्धा नाही. कुणाला खरं वाटेल, की एक महिन्यापूर्वी त्या वाड्याच्या दालनातून हीच मुलगी लक्ष्मीसारखी नांदत होती. रावसाहेबांनी हौसेने पाळलेल्या

हरणाच्या पाडसाला जिने शालू फाडून दुधाच्या बोथडीने भरवलं ती पोर वैधव्याच्या दाहात आज पाडसासारखी तडफडते आहे आणि दुसऱ्या महाली जरीबासनांची उलथापालथ चालली आहे. नव्या दागिन्यांचा झगमगाट पसरला आहे.

रामशास्त्री : राजसत्ता बदलली, की असंच होतं.

जानकी : आम्हा बायकांना राजकारणातलं काय कळणार? पण पुतण्याचे दिवस घातले नाहीत तोच शहरात द्वाही! मिरवणूक...

रामशास्त्री : राजकारणातील ती कटू कर्तव्ये असतात. माणसं जातात, पण मसनद कधी मोकळी पडत नाही. हे करीत असता दादासाहेबांना केवढं दु:ख झालं असेल ते मी जाणतो.

जानकी : करणाऱ्याला जाण नाही आणि तुम्ही काय जाणता!

रामशास्त्री : जानकी... काय झालंय तरी काय?

जानकी : किळस आलेय मला. पती गेला, तर मोठ्याने रडतासुद्धा येऊ नये? सुतक सरलं नाहीत तोच मंगलवाद्यांचा आवाज. ज्या बाईचं सौभाग्य हरवलं, त्या महालावर तोरण! अहो, सूर्य ढळला, तर पृथ्वी काळोखात बुडून जाते. परत त्याला उगवायचं झालं, तरी पहाटेचं प्रथम-बळ घेऊनच तो क्षितिजावर येतो. तेवढीही उसंत तुम्हा माणसांना नाही.

रामशास्त्री : मंडळी, आज सारा दिवस वाड्यावर गेला ना? त्याचमुळे आपलं मस्तक चढलं आहे. अशा गोष्टींचा विचार करण्यापेक्षा स्वयंपाकघरात जाऊन भोजनाची तयारी केलीत तर बरं. होमाच्या धुरानं शास्त्री आणि चुलीच्या धुराने बायका तेव्हाच ताळ्यावर येतात म्हणे.

(जानकी संतापाने निघून जाते. दिवे मंदावतात. अंधार होतो. परत दिवे येतात, तेव्हा समई पेटलेली असते. दरवाजा खटखटला जातो. जानकी दार उघडते. रामशास्त्री आत येतात. जानकीच्या हाती पगडी-उपरणं देतात. जानकी ते खुंटीला लावते.)

जानकी : संध्याकाळच्या वेळी कुठं जाणं झालं?

रामशास्त्री : जाणार कुठे? बोलून चालून आम्ही शास्त्री. शनीला विनवलं, गजाननाला साकडं घालून आलो.

जानकी : साकडं?

रामशास्त्री : जेव्हा माणसांचे उपाय हरतात, ते हताश बनतात, तेव्हा देवाखेरीज दुसरा आधार कुठला? काय करावं ते समजत नाही.

जानकी : जेवढं समजतं तेवढं मी केलं. स्वयंपाक झालेला आहे. आम्हाला तेवढंच येतं.

(जानकी रागाने निघून जाते. तिकडे शास्त्री बघत असता, दारातून तुळोजी पवार येतो. त्याच्या मस्तकी शिंदेशाही पगडी आहे. अंगात अंगरखा, पायात मांड-चोळणा, कमरेला तलवार आहे. मध्यम वयाचा, गलमिश्यांचा तुळोजी दिसतो आहे. तुळोजी खाकरतो. रामशास्त्री दचकून वळतात.)

रामशास्त्री : का आला होता?

तुळोजी : चाकरीपायी.

रामशास्त्री : चाकरी?

तुळोजी : तुमची नव्हं! वाड्याची. (दातांत काडी घालून बोलतो.)

रामशास्त्री : तुळोजी, हे सभ्य माणसाचं घर आहे.

तुळोजी : तेबी सांगायला लागतंय...

रामशास्त्री : काय! काय म्हणतोस?

तुळोजी : शास्त्रीबुवा, अवं, न्यायाधीश नवं तुमी? आनी तुमास्नी एवढं बी कळू नये!

रामशास्त्री : काय कळायचं?

तुळोजी : दादासाहेब पेशवे झाले. समद्या गावानं गुढ्या-तोरणं उभी केली. आनी साऱ्या पुण्यात तुमचंच घर मोकळं. छा! हे बरं नव्हं... कळलं तवा तसाच आलो. उद्या घरावर तोरणकाठी लागाय पायजे. तुमच्याजवळ नसलं तर मला सांगा. मी वाड्यातनं आणून देतो.

रामशास्त्री : तोरण! तुळोजी, मी श्रीमंतांच्या सुतकात आहे. आमच्या घरावर तोरण लागणार नाही.

तुळोजी : लागलं न्हाई तर लावलं जाईल.

रामशास्त्री : (संताप आवरत) तुळोजी, अशा वर्तनापायी नारायणरावांनी एकदा चाबकानं तुझ्या पाठीचं धिरडं केलं होतं ते विसरलास?

तुळोजी : (हसतो) विसरीन कसं? बघितलं नाही त्यांचं काय झालं ते!

रामशास्त्री : तुळ्या, काय बोलतोस?

तुळोजी : कुणाला तुळ्या म्हंता? मला? शास्त्रीबुवा, ते दीस विसरा (मिशीवर पीळ भरत) ह्यो तुळोजी पवार पुण्याचा कोतवाल हाय. विसरू नगा.

रामशास्त्री : (आश्चर्याने) पुण्याची कोतवाली! आणि तुझ्याकडं?

तुळोजी : व्हय! दादासाब पेशवे बनले, की मलाच कोतवाल करनार हाईत.

रामशास्त्री : ते हवं ते करोत.

तुळोजी : ते तुमी सांगायची गरज नाही. पन सांगून ठेवतो, उद्या सकाळी घरावर तोरण दिसाय पायजे.

रामशास्त्री : आणि नाही दिसलं तर?

तुळोजी : नाही लागलं तर? जरा गावात फिरून चौकशी करा! गावातून एकटा फिरत न्हाई मी. ज्याच्या घरावर तोरण नसेल त्या घरच्या मानसांच्या पाठीवर तोरण उठवूनच...

रामशास्त्री : अरे जा! असेल हिंमत, तर सकाळी तुझे गारदी घेऊन ये. वाट बघतो तुझी. तुझ्यासारखी भुंकणारी कुत्री खूप बघितलीत. जा...
(रामशास्त्री वळतात. तुळोजी संतापाने तलवार उपसतो.)

तुळोजी : बामना, कुनाला कुत्रा म्हनतोस? या तुळ्याची हिंमत म्हाईत न्हाई? अरं, जिथं त्या पोराला पायाला धरून...
(राघोबा चिंतोपंतासह प्रवेश करतात.)

राघोबा : (ओरडतात) तुळ्या! टाक ती तलवार खाली. (तुळोजी पाहतो. राघोबांना पाहून चकित होतो.) टाक म्हणतो ना! नाही तर या क्षणी गर्दन मारली जाईल. (तुळोजीची तलवार पडते.) उचल ती तलवार आणि चालता हो.
(तुळोजी गडबडीने तलवार उचलतो. निघून जातो. राघोबादादा आत येतात. मंचकावर बसतात. एकदम हुंदके देऊ लागतात. रामशास्त्री जवळ जातात.)

रामशास्त्री : दादासाहेब! काय हे! आवरावं!

चिंतो : हे अस्सं चाललंय शास्त्रीबुवा! श्रीमंत नारायणराव गेल्यापासून डोळ्यांतल्या अश्रूंना खळ नाही.

रामशास्त्री : दादासाहेब, आपणच असा धीर सोडलात, तर दौलतीची काय अवस्था होईल?

राघोबा : (डोळे पुसतात) धीर कशाच्या आधारावर धरायचा? या तुळ्यासारखी बेभरवशाची माणसं. कसा उन्मत्त झालाय पाहता ना? यांच्यामुळं तोंड दाखवायला जागा राहिली नाही.

रामशास्त्री : चालायचंच! त्याचं मी मनावर घेत नाही. राज्यकर्त्यांना सुष्ट आणि दुष्ट दोघेही पदरी बाळगावे लागतात. दादासाहेब, गरिबाघरी येण्याचे वृथा कष्ट घेतलेत. आज्ञा झाली असती, तर वाड्यावर आलो असतो.

राघोबा : आज्ञा! कोणच्या तोंडानं देणार? डोळ्यांदेखत लेकरू मारलं गेलं.

रामशास्त्री	: डोळ्यांदेखत?
राघोबा	: हो ना! गारद्यांची गर्दी उसळली! मी एकटा पडलो. पाहण्याखेरीज मी काय करणार?
रामशास्त्री	: पण ते गारदी?
चिंतो	: हळू बोला. शास्त्रीबुवा, दाराबाहेर गारदी आहेत.
रामशास्त्री	: मग त्यांची कसली भीती?
राघोबा	: (ओठावर बोट नेत) शू! ते ऐकतील!! शास्त्रीबुवा, त्यांनी नारायणाला मारलं. मला पेशवा बनवलं. माझी द्वाही फिरवली. मिरवणूक काढली. आज हा राघोभरारी त्यांच्या पहाऱ्यात आहे. कुणाला सांगायचं! खरंसुद्धा वाटणार नाही.
रामशास्त्री	: दादासाहेब, हजार-पाचशे गारद्यांची भीती कसली? आपण लष्कराला आज्ञा केलीत, तर एका क्षणात या गारद्यांची...
राघोबा	: नको—हजार पाचशे — खरे; पण त्यांनी या क्षणी तरी आम्हाला वेढलेलं आहे. फौजेला आणण्यासाठीही उसंत ठेवली नाही. फौज येईपर्यंत ते आमचाही नारायणाप्रमाणे निकाल लावू शकतील. पेशवेपद हाती स्वीकारल्यानंतर आम्ही या उन्मत्त गारद्यांचा कायमचा निकाल लावणार आहोतच.
रामशास्त्री	: राहिलं. ते निर्णय आपण घ्यायचे.
राघोबा	: शास्त्रीबुवा, या कठीण प्रसंगी आपलं साहाय्य हवं!
रामशास्त्री	: श्रीमंतांनी आज्ञा करावी.
राघोबा	: चिंतोपंत, सांगितलं नव्हतं, रामशास्त्री आम्हाला कोणत्याही प्रसंगात टाळणार नाहीत.
चिंतो	: दादासाहेब! शास्त्रीबुवा जबाबदारी कशी टाळतील? शास्त्रीबुवा, दोन दिवसांनी दादासाहेब अधिकृतरीत्या पेशवे बनतील. त्या वेळी आपण असायला हवं.
रामशास्त्री	: ते माझं कर्तव्यच आहे. भावी पेशव्यांना मसनदीकडे नेण्याचा मान न्यायाधीशांचाच असतो. कोणी जरी आलं नाही, तरी आम्ही जरूर तेथे येऊ. यावंच लागेल.
राघोबा	: आमची चिंता दूर झाली. आपण दौलतीचे न्यायाधीश. आम्ही पेशवे झाल्यावर न्यायाधीशांच्या वतनाचा विचार करणार आहो.
चिंतो	: करायलाच हवा. न्यायदानावर श्रीमंत प्रसन्न झाले. श्रीमंतांनी दिलं काय मोत्याचा कंठा! मोती खाऊन का पोट भरतं दादासाहेब? आम्ही ऐकतो, रामशास्त्र्यांच्या घरी फक्त एक दिवसाचा शिधा

असतो म्हणे.

राघोबा : अगदीच दरिद्री! ते काही नाही. आम्ही पेशवे झालो, की पाहाल. आम्ही शास्त्रीबुवांना पालखी देऊ. वाडा देऊ. शस्त्राचं कोठार वाड्याच्या इतमामानं भरलं जाईल. शास्त्रीबुवा दिवसा मशालीचे मानकरी बनतील.

रामशास्त्री : काही नसलं, तरी दिवसा मशालीचा मान हवाच. अलीकडे माणसांना दिवसाही दिसेनासं झालं आहे. मशाल हाती असल्याखेरीज तोफ डागता येत नाही.

राघोबा : तोफ! कसली तोफ?

रामशास्त्री : न्यायाची! न्यायाचा प्रकाश पडल्याखेरीज जुलमाचा अंधकार दूर होत नसतो.

राघोबा : शास्त्रीबुवा, आम्हाला फार वेळ नाही. फक्त दोन दिवस राहिले. खूप कामे तशीच आहेत. शिंदे, होळकर आले आहेत. छातीवर दगड घेऊनच सारं कर्तव्यापोटी करतोय. मग आपण दरबारी येणार ना?

रामशास्त्री : यायलाच हवं. मी आल्याखेरीज दरबार भरणार नाही. ते माझं कर्तव्यच आहे.

राघोबा : आम्ही येतो.

(राघोबा जातात. रामशास्त्री सुन्नपणे उभे असतात. जानकी येते.)

रामशास्त्री : (हताशपणे) ऐकलंत ना?

जानकी : आपण काय ठरवलंत?

रामशास्त्री : मी काय ठरवणार? नारायणराव गेले. दादासाहेबांनी आज्ञा केली, तर न्यायासनाचे काम पाहू.

जानकी : एवढं होऊनही?

रामशास्त्री : बोलणं सोपं असतं. मी एक साधा शास्त्री. नशिबाने न्यायाधीश झालो. अशी मानाची जागा सोडून जायचं कुठं?

जानकी : हे आपण सांगता?

रामशास्त्री : सत्तेपुढे शहाणपण चालत नाही. जेथे रावसाहेबांवर वार करण्यास मागेपुढे पाहिलं नाही. तेथे आमचा काय पाड? अशा प्रसंगी मागचे काही न आठवता आपलं स्थान बळकट करून आल्या संधीचा अधिक फायदा घेणं श्रेयस्कर.

जानकी : (कानांवर हात ठेवत) बस करा! ऐकवत नाही. हे शहाणपण रास्त्यांना दंड करताना कुठं गेलं होतं? वचनापायी मुलाचा त्याग

करणारी गोपिकाबाई आज एकापाठोपाठ दोन मुले गमावून आनंदवल्लीत चाललेली लक्षभोजनाची तयारी पाहते आहे.

रामशास्त्री : कसलं लक्षभोजन?

जानकी : दादासाहेबांचा कारभार सुरू झाला ना? त्यासाठी आनंदवल्लीला लक्षभोजन आरंभलं आहे.

रामशास्त्री : अन्नदानासारखं महत् पुण्य नाही.

जानकी : बिचारे रावसाहेब.

रामशास्त्री : रावसाहेब.

जानकी : रावसाहेबांच्या पिंडाला कावळा शिवेनासा झाला. सारे कंटाळले, तेव्हा कोणीतरी त्रासून म्हणाले, रावसाहेब, चिंता कसली करता. अजून रामशास्त्री आहेत या पृथ्वीतलावर! आणि तेवढं म्हणताच, कावळा पिंडाला शिवला. बिचारे... त्यांना काय माहीत...

रामशास्त्री : मंडळी, न्यायाला सत्तेचं पाठबळ नसेल, तर तो पोकळ ठरतो.

जानकी : हे तुम्ही सांगता? रास्ते प्रकरणात हाच सवाल आला असता न्यायासनावर पेशव्यांची सत्ता नसून श्री गजाननाची असते, असे खुद्द पेशव्यांना सांगणारे आपणच ना? तो गजानन विसरून सत्तेकडे केव्हा नजर झुकली?

रामशास्त्री : वा!

जानकी : काय पाहता?

रामशास्त्री : आपल्याला! जानकी, या रूपाचाच ध्यास प्रत्येक पुरुषाच्या मनात असतो. केव्हातरी जीवनात अशा सोबतीची प्रखरतेने ओळख व्हावी असं वाटत असतं.

जानकी : मग आतापर्यंत बोलणं झालं ते?

रामशास्त्री : संसार दोघांचा. एकानं निर्णय घेऊन कसं चालेल! साथीदारांचा अंदाज घ्यावा लागतो. तुम्ही निर्धास्त असा. हा रामशास्त्री आपलं कठोर कर्तव्य करण्यात कुचराई करणार नाही.

(जानकीबाई आनंदाने निघून जातात. रामशास्त्री एकटे उरतात.)

रामशास्त्री : तर्कशुद्ध विचार आणि बिनतोड संशयातीत पुरावा, यांच्या आधारावरच न्यायदानाचा तराजू उभा असतो; पण तराजूसारखीच माझ्या मनाची आणि बुद्धीची आज दोलायमान अवस्था होते आहे. दादासाहेबांचा हात या खुनामागे नसावा, अशी मनाची भावना होते न होते, तोच तर्काला आता दुसरी बाजूही स्पष्ट होऊ लागलेली आहे. तुळ्या पवारासारखा दीडदमडीचा मनुष्य

पेशव्यांच्या सरन्यायाधीशावर तलवार उपसण्याचं धाडस करू शकतो? नारायणरावांचं काय झालं ते लक्षात ठेवा अशी धमकी देतो? पाठोपाठ खुद्द रघुनाथराव आपण होऊन माझ्या दाराशी येतात? एकीकडे नारायणरावासाठी अश्रू ढाळताना खून आपल्या डोळ्यांदेखत झाला असंही सांगतात? का? तर हजार-पाचशे गारद्यांनी त्यांना जरबेत ठेवलेलं आहे म्हणून. मी फौज बोलवा म्हणताच उडवाउडवीचं उत्तर देतात. अटकेपार झेंडा लावल्याचा दिमाख अहोरात्र मिरवणारे राघोभरारी, आपल्याच पदरच्या गारद्यांच्या धास्तीनं भेदरून गेल्याचा देखावा करतात आणि हे सर्व बोलताना एकदाही माझ्या दृष्टीला दृष्टी भिडवू शकत नाहीत? डोळे आलेला माणूस सूर्याचं तेज टाळतो, तसेच अपराधी लोकही न्यायाधीशाची नजर टाळीत असतात. आज दादासाहेबांच्या लपंडाव खेळणाऱ्या नजरेत त्यांच्या मनातला गुन्हेगार डोकावताना मला स्पष्ट दिसत होता. दूध आणि पाण्याच्या मिश्रणातून राजहंस नेमका दूधच घेतो, त्याप्रमाणे नित्य न्यायासनावर बसून मणभर असत्याच्या ढोंगात मिसळलेला सत्याचा एकेक कणदेखील नेमका वेचून काढणारा मी, माझ्या डोळ्यांत धूळ फेकणं इतकं सोपं आहे? दादासाहेब, तुम्ही इथे आलात तिथेच फसलात. मी तुम्हाला ओळखलं. न्यायदेवता तुम्ही समजता त्या अर्थानं आंधळी नसते. सत्य आणि असत्य यांची पारख करताना, तिची नजर शंकराच्या तिसऱ्या डोळ्याइतकी प्रखर असते. रघुनाथराव बल्लाळ, तो तिसरा डोळा उघडण्याची वेळ आता आलेली आहे. (क्षणभर विचारमग्न होतो.) पण नुसती वेळ येऊन काय उपयोग? काळही यावा लागतो. दादासाहेब अपराधी आहेत— हे नुसतं मनाला पटून काय उपयोग? बिनतोड पुराव्यानिशी ते सिद्ध करता आलं नाही, तर न्यायाच्या तराजूत, या मनाच्या पटण्याला दमडीभरसुद्धा वजन नाही. या अर्थानं मात्र न्यायदेवता खरोखरीच आंधळी असते. हाती आलेली पुराव्याची काठी हेच तिचे डोळे. पुरावा-पुरावा-पुरावा (हताश होतात) इच्छारामपंत, तुम्ही खरे भाग्यवान. नारायणरावांबरोबर मृत्यू पत्करलात. श्रीमंत माधवरावांना दिलेल्या वचनाला जागलात. आम्ही अभागी. वचनपूर्तीसाठी मरता आलं नाही आणि जिवंत राहूनही त्या वचनाला जागता येत नाही. शनिवारवाड्याच्या दिल्ली दरवाज्यासमोर कंठरवानं आक्रोश करून

स्पष्ट सांगितलं, की नारायणरावांचे खुनी गारदी नसून खुद्द दादासाहेब आहेत, तरी त्या स्पष्टोक्तीला पुराव्याशिवाय काय किंमत आहे? न्यायासनाचा मान राहावा म्हणून मातृवियोग सहन करणारे श्रीमंत माधवराव आणि बटकीची लाज राखण्यासाठी कोऱ्या कागदावर राजमुद्रा उठवून माझ्या हातात ठेवणारे नारायणराव... आज त्या शनिवारवाड्यात कुठे आहेत! तसे धनी होते, म्हणून रामशास्त्र्यांच्या स्पष्टोक्तीलादेखील राजाज्ञेइतकीच किंमत होती. ते टपोरे मोती केव्हाच हरवले. आता हाती राहिली फक्त न्यायासनाची सुवर्ण साखळी. आज तिचा गळफास जीव गुदमरून टाकतो आहे. (गळ्यावर हात ठेवतो. कंठा हाताशी लागतो. तो काढून) श्रीमंत, कसली जबाबदारी टाकलीत ही? आपल्या कसं ध्यानी आलं नाही, की आपल्यासारखे न्यायनिष्ठ सत्ताधारी नसतील, तर आमच्यासारख्या स्पष्टवक्त्यांच्या जिभा छाटल्या जातात. ज्याला अपराधी म्हणून शिक्षा सांगायची तोच सत्तेच्या आसनावर. न्याय कुणी, कुणाला आणि कसा सांगायचा! मुसक्या बांधलेल्या तोंडातून न्याय उमटत नाही. उमटला तरी तो कुणी ऐकत नाही. ऐकला तरी कुणाला समजत नाही आणि समजला तरी उमजत नाही. श्रीमंत, श्रीमंत तुम्हीच न्यायासनावर बसविलेला रामशास्त्री, दृष्टी असूनही अंधारात मार्ग चाचपडतो आहे. मला मार्ग दाखवा. माझ्या दृष्टीला प्रकाश द्या- माझ्या स्पष्टोक्तीला सामर्थ्य द्या.
(एकाग्र चित्ताने हात जोडून श्री गजाननासमोर बसतो.)

(दुसरा अंक संपतो)

(पडदा पडतो)

अंक तिसरा

प्रवेश पहिला

स्थळ	:	*रामशास्त्रींचे घर-वेळ रात्रीची.*
		(जानकी समईत तेलवात करण्याच्या तयारीत आहे. रामशास्त्री प्रवेश करतात.)
जानकी	:	परतायला उशीर झाला?
रामशास्त्री	:	हं!
जानकी	:	हल्ली वेळीअवेळी बाहेर जाणं होतं. उशिरा परत येणं होतं.
रामशास्त्री	:	हां. अंधारातली वणवण ही. प्रकाशाचा किरण दिसेपर्यंत असंच धडपडत राहायचं. खून झाला त्या दिवशी सखारामबापू पुण्यातच होते. ते दादासाहेबांचे निकटवर्ती. धूर्त राजकारणी. प्रत्यक्ष खुनात त्यांचा हात नव्हता हे निश्चित; पण त्यांना काही अंदाज असणारच. म्हणून मुद्दाम त्यांच्याकडे गेलो होतो. बोलण्याबोलण्यातून काही सूत हाती लागतंय का पाहत होतो.
जानकी	:	मग लागलं का काही हाती?
रामशास्त्री	:	या धक्क्यानं त्यांचं मन फार उदास झालं. भ्रमिष्टपणा थोडा कमी झालाय, पण बोलण्यात सुसंगती नव्हती. अशा गुंत्यातून काय हाती लागणार? बिचारे बापू. विचारवंताला विचारासारखा दुसरा शाप नाही हेच खरं.
जानकी	:	उद्याच दरबार भरणार आहे ना?
रामशास्त्री	:	हं... जोरात तयारी सुरू आहे, त्यामुळे नानांचीही गाठ झाली नाही.
जानकी	:	आपण दरबाराला जाणार असालच?
रामशास्त्री	:	अं?

जानकी	:	आपण जाणार ना दरबारला?
रामशास्त्री	:	हं. जाणार तर आहेच; पण जाऊन करणार काय हा खरा सवाल आहे. (ती समई पेटवू लागते.) नको जानकी, नको पेटवूस ती समई. आता उजेड सहन होत नाही. हे अभागी तोंड लपवायला अंधारच बरा.

(इतक्यात गुणी हातात दिवा घेऊन प्रवेश करते.)

गुणी	:	बाईसाब आल्यात.
जानकी	:	कोण?
गुणी	:	गंगाबाईसाब (गुणी लगबगीनं बाहेर जाते.)
जानकी	:	ऐकलंत का? गंगाबाईसाहेब आल्या आहेत.
रामशास्त्री	:	नारायणरावांच्या पत्नी? सुतक असताना वाड्याबाहेर? आपल्या घरी?

(रामशास्त्री पगडी चढवतो. जानकी हातातल्या दिव्याने रामशास्त्र्यांच्या बैठकीजवळची समई पेटवीत असताच हातात दिवा घेतलेली गुणी आणि गंगाबाई प्रवेश करतात. हळूहळू प्रकाश वाढतो. अंधकार लुप्त होतो.)

रामशास्त्री	:	(आश्चर्याने) वहिनीसाहेब! आपण? आणि या वेळी! आज्ञा केली असतीत तर मीच आपल्या दर्शनाला...
गंगा	:	(रूक्ष झालेली) हं! शास्त्रीबुवा! आता दर्शन घेण्यासारखी आमची अवस्था राहिलेली नाही.
रामशास्त्री	:	वहिनीसाहेब!
गंगा	:	स्वारी गेली आणि आम्ही निराश्रित झालो. ज्या घरावर तोरण नाही असं एकच घर दिसलं. आशेने आम्ही त्या घरात प्रवेश केला.
रामशास्त्री	:	घर आपलंच आहे. त्यात संशय नसावा; पण अशा रात्री आल्यानं...
गंगा	:	दिवस आणि रात्रीचं भय राहिलंय कुणाला? जिथं भरदिवसा स्वारींवर वार केले गेले. (क्षणभर थांबते. दीर्घ श्वास घेऊन स्वतःला आवरते.) दिवसा फिरायची चोरी झाली, तेव्हा ही वेळ गाठावी लागली. शास्त्रीबुवा, आता या पेशव्यांच्या विधवा पत्नीला तुमच्याखेरीज कसलाच आधार नाही.
रामशास्त्री	:	जेथे देवांचे हात दुबळे ठरले, तेथे आमचे हात काय करणार?
गंगा	:	असली उदासवाणी बोलणी तुमच्या तोंडी शोभत नाहीत. थोरल्या

रावसाहेबांना आपणच 'स्वारींना सांभाळू' म्हणून वचन दिलं होतंत ना?

रामशास्त्री : दादासाहेबांनीदेखील ते दिलं होतं.

गंगा : आपल्या वर्तनानं त्यांनी ते पाळलं आहे. उद्या त्यांच्या मस्तकी पेशव्यांचा शिरपेच लावून तुम्ही फक्त त्यांना मुजरे करा. आमच्या बासष्ट पिढ्या त्या एका कृतीनं उद्धरल्या जातील.

रामशास्त्री : वहिनीसाहेब! आमची ही पारख केलीत?

गंगा : पारख करायला दृष्टी लागते. नको ते पाहून डोळे फुटले. किंकाळ्यांनी कान बहिरे झाले. तेथे पारख कोण कुणाची करणार?

रामशास्त्री : मला सारं कळतं. सारं मला माहीत आहे.

गंगा : (नकारार्थी मान हलवीत) तुम्हाला काही माहीत नाही. त्या दिवशी स्वारी पर्वतीहून आली. दुपार टळत आली होती. महाली येऊन कपडे बदलून स्वारी नुकतीच कुठे पलंगी पहुडली होती आणि त्याच वेळी वाड्यात एकच गलका उडाला. स्वारी ताडदिशी उभी राहिली. ओरडले, 'आमची तलवार' आणि दारीचे पुरभय्ये आत आले. घाबरलेल्या अवस्थेत त्यांनी सांगितलं, 'सरकार, वाड्यात गारदी घुसले.' पुरभय्ये आले तसे पळून गेले. स्वारी विस्फारित नेत्राने म्हणाली, 'हरिपंतांनी काही केलं नाही. काही केलं नाही.' एवढं बोलले आणि बाहेरून उठलेली इच्छारामपंतांची किंकाळी वाड्याचे महाल भेदून गेली—'श्रीमंत सावध'... श्रीमंतस्वारी तशीच बाहेर पडली... आणि... (प्रकाश मंदावता मंदावता काळोख होतो. धावण्याचे, तलवारीचे आवाज किंकाळ्यात मिसळतात आणि रंगमंचामागे राघोबादादा देव्हाऱ्याजवळ उभे असलेले दिसतात. "काका, काका. मला वाचवा." आवाज येतो. राघोबा आवाजाच्या दिशेने पाहतात. नारायणराव धावत येतात. काकाला मिठी मारतात. "नारायणा, काय झालं?" "काका, मला वाचवा. पाहिजे तर किल्ल्यावर ठेवा, नाचण्याची भाकरी घाला. तुम्ही राज्य करा, पण काका, माझे प्राण वाचवा हो." राघोबा त्याला मिठीत घेतात. "भिऊ नको नारायणा. मी आहे ना!" त्या वेळी सुमेरसिंग, खडगसिंग रक्तलांछित तलवारीने प्रवेश करतात. पाठोपाठ तुळोजी असतात. राघोबा ओरडतात, "खबरदार कुणी पुढं पाऊल टाकील तर. हे देवघर आहे" गारदी चपापतात. त्या वेळी मागून आनंदीबाई येते. तिला पाहताच गारद्यांना

बळ येतं. ''सरकार, त्यांना आमच्या हवाली करा.'' आनंदीबाई ओरडते, ''आता कच खाऊ नका... सोडा त्याला...'' घाबरलेला नारायण राघोबांना अधिक बिलगतो. कळवळतो, ''काका, मला सोडू नका... तुम्ही सोडलंत तर मला कोणी राखणार नाही... काका, ते मला मारतील हो..'' तुळोजी पुढे होतो. ''सरकार, सापाला दुखावला आहे, त्याची गय करून चालणार नाही...'' राघोबा म्हणतो, ''नाही...'' आनंदीबाईंचा कठोर आवाज उठतो, ''सोडा म्हणते ना!...'' राघोबा पाहतो. पत्नीची कठोर नजर पाहून नारायणाची मिठी सुटते. नारायण ओरडतो, ''काका... मला टाकू नका... टाकू नका...'' म्हणत ओघळतो. राघोबाच्या पायांवर पडतो. आनंदीबाई म्हणते, ''तुळोजी, पाहतोस काय?'' तुळोजी पुढे होतो. नारायणाला पाय धरून ओढतो. राघोबा, ''अरे, जनावरासारखं पाय धरून काय ओढता... तुळ्या..'' राघोबा पुढे पाऊल टाकणार तोच आनंदीबाई हात आडवा करते... ''जय एकलिंगजी की...'' नारायणरावावर सपासप वार केले जातात. रक्ताच्या चिळकांड्या उडतात. सारा रंगमंच तांबड्या प्रकाशानं भरून जातो. चेहऱ्यावर हात घेतलेले राघोबा दिसत असता दृश्य संपते. दिवे मंदावत काळोख होतो. गंगाबाईचा आवाज येत असतो. प्रकाश येतो. परत पूर्वीचा प्रसंग चालू होतो.)

गंगा : वाड्यात एकच आक्रोश, धावपळ, लुटालूट चालली होती. सारं बळ एकत्र करून मी धावत गेले आणि माझ्या सौभाग्याचे तुकडे रक्ताच्या थारोळ्यात पडलेले पाहिले.

जानकी : वहिनीसाहेब, आवरा, आपल्याला त्रास होईल.

गंगा : भिऊ नका बाई. त्या सांडलेल्या रक्तावर माझे अश्रू केव्हाच आटून गेले. शास्त्रीबुवा, नाइलाज झाला म्हणूनच हे फुटकं कपाळ घेऊन तुमच्यासमोर आले. स्वारी गेली. त्या चांडाळणीनं... आनंदीबाईनं साऱ्यांदेखत माझे केस धरून फरफटत नेऊन मला कोंडलं. डोळ्यांतल्या पाण्यानं खालची जमीन मऊ झाली; पण कुणाच्या मनात दयेचा पाझर फुटला नाही.

रामशास्त्री : वहिनीसाहेब, मी न्यायपारंगत, दशग्रंथी, शास्त्रसंपन्न, पण या प्रसंगी तुमचं सांत्वन करायला माझं ज्ञानभांडार रितं आहे. आकाश फाटलं, तिथं शब्दांची ठिगळं कशी पुरी पडणार?

गंगा : (त्वेषाने अश्रू पुसते.) मी भीक मागत नाही. शब्दांची अनुकंपा

मला नको. मला हवा आहे न्याय! पेशवा म्हणवून घेणारी स्वारी, शास्त्रीबुवा, त्यांना मानानं अग्निसंस्कारही मिळू नये! तीन प्रहर रात्री, पेशव्यांच्या मानकऱ्याला चोरासारखं कुळंबिणीच्या दरवाज्यात नेऊन, ज्यांनी घात केला त्या मारेकऱ्यांच्या साक्षीनं अग्नी दिला. थोरल्या रावसाहेबांनी विश्वासानं तुमच्या हाती स्वारींना सोपवलं होतं ना? त्यांची ही गत व्हायची होती, तर कशाला केलंत त्यांना पेशवे? त्या मांगालाच करायचं होतंत! कुठंही मीठ-भाकरी खाऊन दिवस काढले असते आम्ही! शास्त्रीबुवा, मला भीक नको; न्याय हवा. शास्त्रीबुवा, न्याय हवा...

रामशास्त्री : वहिनीसाहेब, माझे हात बांधलेले आहेत.

गंगा : (आश्चर्याने) कुणाला? त्या मारेकऱ्याला! शास्त्रीबुवा, आम्ही हे काय ऐकतो?

रामशास्त्री : गैरसमज होतो वहिनीसाहेब! मी दादासाहेबांना बांधलो गेलो नाही. माझे हात न्यायासनाला बांधले गेले आहेत.

गंगा : तुमचे नुसते हात बांधले गेले आहेत शास्त्रीबुवा! पण मी पुरी जखडलेय! त्याची काय वाट?

रामशास्त्री : वहिनीसाहेब!

गंगा : शास्त्रीबुवा, मरायचंय असतं तर, त्याला सतीचं सरणच कशाला हवं! कोंडल्या खोलीतसुद्धा ते साधता आलं असतं. पण माझ्या नशिबी तेसुद्धा लिहिलं गेलं नाही. कालच्या पेशव्यांच्या उद्याच्या वारसासाठी मला जगावं लागलं, जगावं लागलं.

रामशास्त्री : वहिनीसाहेब! नारायणरावांचा वारसा... म्हणजे...

गंगा : होय! माझ्यासाठी नव्हे, माझ्या उदरी वाढणाऱ्या मुलासाठी मी तुमच्या दारी आले. तो जन्माला येईल. मोठा होईल, तेव्हा त्याला कोणत्या तोंडानं सांगू, की तुझ्या पित्यावर ज्यांनी घाव घातले त्यांना रामशास्त्र्यांनीसुद्धा अभय दिलं. त्यांना पेशवे बनवलं.

रामशास्त्री : बस करा वहिनीसाहेब! या रामशास्त्र्याच्या संयमाचा अंत पाहू नका; पण कसं सांगू? न्याय भावना जाणत नाही. न्यायाला हवा असतो संशयातीत पुरावा. काळीज करपून टाकणारं सत्य तुम्ही आता सांगितलंत. माझ्या मनाला पटलं, पण न्यायाच्या तराजूत ते अर्धसत्य आहे. चक्षुर्वेसत्य नाही. नारायणरावसाहेब तुमच्या महालातून बाहेर पडले आणि त्यानंतर तुम्ही पाहिलात तो त्यांचा छिन्नभिन्न देह. या साक्षीनं काय सिद्ध होणार? खून

झाला हे तर सत्यच आहे. तो गारद्यांनी केला, हेही जाहीर झालेलं आहे; पण तो दादासाहेबांनी करवला, हे कसं सिद्ध करणार? त्यासाठी प्रत्यक्ष पुरावा हवा. निदान दादासाहेबांचा हात या खुनामागे होता, हे खात्रीपूर्वक माहीत असलेला जबाबदार माणूस तसं शपथेवर सांगायला पुढे यायला हवा. साक्षपुरावाच नसेल, तर मी तरी काय करणार?

जानकी : असलं आंधळं न्यायासन असण्यापेक्षा नसलेलं बरं.

रामशास्त्री : नीतीने न्यायासनाच्या मर्यादा आधीच आखल्या आहेत. वहिनीसाहेब! मला एक सांगा, दादासाहेब खरंच गारद्यांच्या कैदेत आहेत?

गंगा : कैद! त्यासाठी का गारद्यांना पाच लाख दिले? आज त्या महाली सण साजरा होतो आहे. शिंदे, होळकरांची वर्दळ चालू आहे. नाना दरबारच्या तयारीत गुंतले आहेत. हे कैदेत होतं?

रामशास्त्री : कितीही तर्कसुसंगत वाटली, तरी ही केवळ अनुमानं. हा अप्रत्यक्ष पुरावा, प्रत्यक्ष पुराव्याला हा पूरक ठरतो; पण स्वतंत्र रीतीनं त्याला कायद्याच्या दृष्टीनं वजन नसतं. माझ्या हाती एवढा जरी प्रत्यक्ष पुरावा असता...

गुणी : पुरावा, पुरावा. तेवढंच तुमास्नी ठावं हाय! बाईसाहेबांच्या कपाळीचं कुंकू पुसलं त्यो पुरावा न्हाई?

रामशास्त्री : गुणी! यात तुझ्यासारख्या सेवकानं बोलू नये. या गोष्टी तुम्हा दासींना कळणार नाहीत.

गुणी : व्हय! बाजारात उभी केलेली बटीक मी! मला काय कळणार! शानी सवरती तुमच्यासारखी मानसं उघड्या डोळ्यांनी सारं बघूनबी पुराव्यासाठी नडली. उकिरड्ड्यावर पुरावा सापडत नाही शास्त्रीबुवा...

रामशास्त्री : गुणी! यात तुला बोलण्याचा अधिकार नाही. तू बोलू नको.

गंगा : शास्त्रीबुवा, तिचं बोलणं मनावर घेऊ नका.

गुणी : खरं हाय! बोलून चालून बटीक मी! मला कसली किंमत? शास्त्रीबुवा, पुरावाच हवा हाय नवं! त्यो दिला तर...

रामशास्त्री : पुरावा! तू देणार?

गुणी : व्हय! (पदराआड खोचलेली सुरळी काढते. रामशास्त्र्यांच्या हाती देते.) ह्यो घ्या!

रामशास्त्री : (सुरळी हाती घेतात. उलगडतात. आश्चर्यचकित होतात.) खुद्द दादासाहेबांच्या स्वहस्ताक्षरातला हुकूम! हा तुझ्याजवळ आला कसा?

गुणी : तेवढं विचारू नगा! पुरावा मिळाला नव्हं?

रामशास्त्री : गुणी, तुला सांगावंच लागेल. हा पुरावा तुझ्या हाती कसा आला?

गुणी : (उभ्या जागी डोळे भरून येतात. चेहऱ्यावर व्याकूळ भाव प्रकटतो.) लिलावात उभी केलेली बटीक मी! माझं बळ ते केवढं! शास्त्रीबुवा, तुम्ही माझी लाज राखलीत, वहिनीसाहेबांनी उघड्या अंगावर मायेची शाल घातली... पण... पण ती लाज मला जपता आली न्हाई. ह्या पुराव्यापाई मला ती इकावी लागली... आता जगात तोंड बी दावायला जागा ऱ्हायली न्हायी मला.

रामशास्त्री : गुणी... गुणवंता! नाव सार्थ केलंस बेटी!! वैधव्याची कुऱ्हाड कोसळली असताही उदरीच्या गर्भासाठी जीवित जगणाऱ्या वहिनीसाहेब आणि स्वामीनिष्ठेपायी सर्वस्वाचा त्याग करणारी ही गुणवंता, दोघींपुढे हा रामशास्त्री नतमस्तकच होईल. बाईसाहेब, तुम्ही निर्धास्त मनाने जा! न्यायासनाला जखडलेला आणि भावनांना पारखा झालेला हा रामशास्त्री या पुराव्याच्या बळावर उद्या ताठ मानेनं दरबारी हजर होईल. पेशव्यांची सत्ता आणि मारेकऱ्यांच्या तलवारीही आता मला रोखू शकणार नाहीत.
(गुणवंता पुढे येऊन पाया पडते.)

गुणा : बाईसाहेबास्नी मी सांगितलं होतं. साऱ्या जगानं टाकलं, तरी शास्त्रीबुवा टाकणार न्हाईत.

रामशास्त्री : अश्राप जिवाला न्याय मिळण्यासाठी एक अबला आपलं सर्वस्व पणाला लावते! त्या जिवाला न्याय मिळाल्याखेरीज राहील कसा? पण तो मिळेपर्यंत वहिनीसाहेब, तुम्हाला एक दिव्य करावं लागणार आहे.

गंगा : कसलं दिव्य?

रामशास्त्री : पेशव्यांचा वारस जपण्याचं! वैयक्तिक सारी सुखदु:खं दूर ठेवून तुम्हाला त्या जिवासाठी स्वत:ला जपायला हवं! ही गोष्ट एवढ्यात बाहेर जात नाही याची दखल घ्यायला हवी.

गंगा : येते मी. शास्त्रीबुवा, पाया पडते.

रामशास्त्री : थांबा वहिनीसाहेब! तुम्हाला पाया पडण्याचा आता अधिकार नाही. आम्हीच आपल्याला आणि उद्याच्या श्रीमंतांना वंदन करतो.
(रामशास्त्री नमस्कार करतात. गंगाबाई गुणवंतासह निघून जातात. रामशास्त्री हातातला पुरावा पाहत असतात.)

जानकी : (आनंदाने) पुरावा हाती आला ना?

रामशास्त्री : हो.

जानकी : खरंच, वहिनीसाहेबांची पुण्याई अजून सरलेली नाही.

रामशास्त्री : हं! त्यांची सरली की नाही ते माहीत नाही; पण तुमच्या पुण्याईबद्दल काळजी वाटते.

जानकी : माझी पुण्याई?

रामशास्त्री : जानकी, हा साधा पुरावा नाही. तुमच्या कुंकवाला केलेलं हे आव्हान आहे, हे कसं ध्यानी येत नाही!

जानकी : माझ्या कुंकवाला... काय बोलता...

रामशास्त्री : जानकी, आम्ही उद्या दरबारी जाऊ ते परत न येण्यासाठीच. अगं, भरदिवसा प्रत्यक्ष पुतण्याचा खून करून पेशवेपद पचवू पाहणारे दादासाहेब, त्यांच्याच गंडस्थळावर आम्ही अंकुश उगारू लागलो, तर चुटकीसरसं आम्हाला चिरडल्याशिवाय ते कसे राहतील! आम्ही दरबारात जाणार आहोत, ते मृत्यूला आव्हान देण्यासाठीच!

जानकी : त्याची चिंता मला नाही.

रामशास्त्री : (आश्चर्याने) काय!

जानकी : कुंकवाला सौभाग्याचं बळ नसेल, तर ते कपाळी बाळगण्यात तरी काय अर्थ? आपण माझ्या सौभाग्याची काळजी करू नये. ते अक्षय टिकेल.

रामशास्त्री : खोट्या आशेवर माणसानं जगू नये.

जानकी : खऱ्या माणसांच्या सहवासात मी खोट्या आशेवर जगेन कशी? थांबाच.

(जानकी आत जाते. रामशास्त्री हुकूम पाहत असतात.)

रामशास्त्री : श्रीमंत, तुमच्या नारायणाला मी सांभाळू शकलो नाही. इच्छारामपंतांनी वचनपूर्तीसाठी वीरमरण पत्करलं. ते भाग्यही माझ्या वाट्याला आलं नाही. कदाचित नियतीनंच उद्याच्या कार्यासाठी मला जिवंत ठेवलं असावं. ते माझं कर्तव्य मात्र सर्वस्व पणाला लावून करीन- हीच आपल्या आत्म्याला साक्षी ठेवून या रामशास्त्र्याची प्रतिज्ञा...

(जानकी परत येते. हाती सुवर्ण करंडा असतो. मोत्याचा कंठा असतो.)

रामशास्त्री : सोन्याचा करंडा! हा देवघरात होता ना?

जानकी : रमाबाईसाहेब सती जात असताना, सतीचं वाण घ्यायला कुणी पुढं येईना, तेव्हा ते मी घेतलं. त्या वेळी त्यांनी आपला हा

करंडा मला दिला. सतीचं वाण पदरी घेणाऱ्या बाईला कुंकवाची कसली काळजी. त्यांनी दाखविलेल्या वाटेनं आनंदानं येईन मी. भरल्या कपाळानं!

रामशास्त्री : जानकी! जीवनाचा सर्वांत मोठा गुंता तुम्ही बायका केवढ्या सहजपणाने सोडवता! कर्तव्याला भावनेची जोड मिळते, तेव्हा त्याला रेखण्याचं सामर्थ्य प्रत्यक्ष मृत्यूलाही नसतं.

जानकी : (कंठा पुढे करते) हा कंठा घालावा.

रामशास्त्री : अं हं! तुम्ही घाला. आमचा विवाह लहानपणी झाला. तुम्ही वरमाला कशी घातलीत, ते आम्हाला आठवत नाही. ते आम्हाला पाहायचं आहे.

जानकी : भलतंच काहीतरी!

रामशास्त्री : मग आम्ही मुळीच कंठा घालणार नाही.
(जानकी लाजते. खालच्या मानेने पुढे होते. रामशास्त्र्यांच्या गळ्यात कंठा घालते.)

रामशास्त्री : जानकी, आमच्याशी विवाह झाला त्या वेळी तुम्ही लहान होतात. हौसमौज करायचा काळ होता, तेव्हा घरात अठराविश्व दारिद्र्य. पुढे ऐश्वर्याचे दिवस आले, तेव्हा आमच्या अनासक्त वृत्तीनं आम्ही तुम्हाला ते कधी भोगू दिलं नाही. कपडेलत्ते, दागदागिन्यांची स्त्रीसुलभ हौस कधी भागवता आली नाही, की सणावारीसुद्धा घरात कधी पक्वान्नं शिजली नाहीत. राहत्या घरात धर्मशाळेत राहिल्यासारखे दिवस काढलेत.

जानकी : असं बोलू नये! त्या सुखापेक्षा मोठं सुख मी भोगलंय. आज पुण्यात कसबा गणपतीचं मंदिर ज्या निष्ठेनं पाहिलं जातं, त्याच निष्ठेनं रामशास्त्र्यांचं घर पुण्यात नव्हे, राज्यात प्रसिद्ध झालं. अशा मंदिराची स्वामिनी म्हणून आपल्या पायाशी स्थान मिळालं, यापरतं दुसरं भाग्य ते कोणतं? (त्यांचे पाय धरते.)

रामशास्त्री : ही तुमची निष्ठा फळाला येवो. सती रमाबाईसाहेबांचे बळ आणि निर्धार तुम्हाला लाभो हीच इच्छा!
(करंड्यातलं कुंकू तिच्या कपाळावर लावीत असताच प्रवेश संपतो.)

(प्रवेश पहिला समाप्त)

प्रवेश दुसरा

स्थळ : *राजदरबार*

(पेशव्यांचा सुसज्ज दरबार नजरेत भरतो. दरबाराच्या मध्यभागी जरी वस्त्रांनी, लोड गिर्द्यांनी सज्ज असलेली मसनद दिसते आहे. मसनदीमागे श्री गजाननाची भव्य मूर्ती आहे. मसनदीसमोर उजव्या हाताला शिंदे, होळकर, नाना फडणीस ही मंडळी उभी आहेत. डाव्या हाताला मानकरी उभे. मसनदीच्या उजव्या बाजूला एक चिकाचा पडदा आहे. त्यामागे राजस्त्रियांची बसण्याची व्यवस्था आहे. चिंतोपंत उपरणे झटकत प्रवेश करतात. शिंदे, होळकरांना नम्रपणे नमस्कार करतात.)

चिंतो : वा! शिंदे, होळकरांचं आगमन झालं म्हणजे दरबार कसा भरगच्च वाटतो.

शिंदे : दादासाहेबांना आम्ही दरबारी हजर झाल्याचं कळवा! दरबारचे सारे मानकरी त्यांच्यासाठी तिष्ठत आहेत म्हणावं.

चिंतो : दादासाहेबांची तयारी केव्हाच झाली आहे.

शिंदे : मग हा वेळ का?

चिंतो : अद्याप रामशास्त्री आले नाहीत. ते येताच दादासाहेब दरबारी दाखल होतील.

शिंदे : पण रामशास्त्री आले नाहीत म्हणून, दरबार खोळंबण्याचं काहीच कारण नाही.

चिंतो : असं कसं! श्रीमंतांना मसनदीकडे नेण्याचा मान न्यायाधीशांचा! *(चिकाच्या पडद्यातून आनंदीबाईंचा खणखणीत आवाज बाहेर येतो.)*

आनंदी : चिंतोपंत! स्वारींना दरबारी घेऊन या! रामशास्त्री आले नाहीत म्हणून दरबार खोळंबणार नाही. ज्याचा त्याचा मान ज्यानं त्यानं राखावा.

चिंतो : पण वहिनीसाहेब.... दादासाहेबांना मसनदीकडे जाताना....

आनंदी : कुणाच्या मदतीची गरज नाही. ते आपल्या पावलांनी मसनदीकडे जायला समर्थ आहेत.

चिंतो : जशी आज्ञा...
(चिंतोपंत जाण्यासाठी वळतात तोच अदब ऐकू येते. बा आदब बा मुलाहिजा होशियार... निगा रखो...

खास उलखास, वफाए मुल्ख, दिनायते दख्खन, स्वारी राजमंडल पेशवा रघुनाथराव पंतप्रधान तशरीफ लाते है)

चिंतो : श्रीमंत आले.

(सारे दरबारी अदबीने उभे असतात. पगड्या नीट करतात.)

शिंदे : दादासाहेब मसनदीवर बसण्याआधीच ही आदब?

चिंतो : जेव्हा ते झालं तेव्हाच दादासाहेब पेशवे बनले.

शिंदे : काय झालं?

चिंतो : (खाकरतो) श्रीमंत... आपण दौलतीचे सर्वश्रेष्ठ सरदार. मसनद कधी मोकळी राहते का? जेव्हा छत्रपतींकडून वस्त्रे आली, तेव्हाच दादासाहेब पेशवे बनले. हा नुसता लाक्षणिक समारंभ.

(दरबारात सुमेरसिंग, खडगसिंग प्रवेश करतात. पाठोपाठ तुळोजी येतो. द्वाराजवळ ते उभे राहतात. त्या पाठोपाठ राघोबादादा प्रवेश करतात. अंगावर भरजरी पोषाख असतो. पगडीत शिरपेच झगमगत असतो. दरबारात पाऊल टाकताच दादासाहेब थांबतात. नाना पुढे होतात.)

नाना : दादासाहेब, थांबलात का?

राघोबा : (सद्गदित होऊन) नाना! कसलं कठोर कर्तव्य हे! माझा नारायण गेला आणि आम्ही जिवंत राहिलो... हे पाहायला!

शिंदे : (पुढे होतात) दादासाहेबांनी शोक आवरावा. कर्तव्याकडे लक्ष देऊन भावनेला आवरावं. आज सगळे मानकरी नव्या पेशव्यांना निष्ठेचा मुजरा करायला उत्सुक झाले आहेत.

नाना : रामशास्त्री वेळीच न आल्याने श्रीमंतांना आपणच मसनदीकडे न्यावं.

शिंदे : त्यात आम्हाला आनंद आहे, चलावं दादासाहेब.

(राघोबा पाऊल उचलणार तोच कानांवर हाक येते.)

रामशास्त्री : थांबा!

(सारे वळून पाहतात. रामशास्त्री हाती गजरा घेऊन प्रवेश करतात.)

रामशास्त्री : पेशवाईचा न्यायाधीश या नात्यानं, दादासाहेबांना मसनदीकडे नेण्याचा मान माझा आहे.

राघोबा : शास्त्रीबुवा, तो आपला अधिकार आम्ही कधीच नाकारला नाही; पण किती वेळ वाट पाहावी यालाही मर्यादा! आपल्याला एवढा विलंब का झाला?

रामशास्त्री : क्षमा असावी दादासाहेब; पण एका जिवाला आमची वाट पाहणं

	जमलं नाही. त्या गेल्या जिवासाठी!
राघोबा :	कोण गेलं? असा कोण मातब्बर, की ज्याच्यासाठी तुम्ही कर्तव्य विसरावं?
रामशास्त्री :	तो जीव मातब्बर होता की नाही हे मला माहीत नाही; पण त्या जिवाची प्रखर स्वामिनिष्ठा होती हे मी जाणतो. त्या गेल्या जिवाचं नाव आहे गुणवंता. आज सकाळी तिचं प्रेत नदीकाठावर मिळालं.
राघोबा :	प्रेत?
रामशास्त्री :	होय! तिने आत्महत्या केली नव्हती! तिच्या काळजावर एक आरपार खंजीर खुपसला होता.
राघोबा :	खंजीर?
रामशास्त्री :	हो! साऱ्याच हत्या तलवारीनं होत नसतात! त्या गेल्या जिवासाठी मला थांबावं लागलं.
राघोबा :	बोलून चालून बटीक...
रामशास्त्री :	दादासाहेब, क्षुद्र वाटणारी ठिणगीसुद्धा प्रसंगी उभं रान पेटवू शकते. बटकी तर खरीच, पण तिचं वणवा पेटवण्याचं सामर्थ्य अजून आपल्याला दिसायचंय. चला, आधीच उशीर झालेला आहे.
राघोबा :	वाट पाहून थकलो. आपल्याला वेळ झाला म्हणून...
रामशास्त्री :	दादासाहेब, पेशव्यांच्या मसनदीवर बसायला आपण उतावीळ झाला आहात, म्हणून आपली ही घाईगर्दी मला समजते; पण गर्दी करून तलवारी चालवता आल्या, तरी घाई करून पेशवेपदावर बसता येत नाही.
राघोबा :	काय?
रामशास्त्री :	मसनदीवर जाताना शांतपणे, रीतिरिवाजाला धरूनच जायला हवं, पण जाण्याआधी हात बांधून घ्यावेत. (राघोबा हात पुढे करतात. रामशास्त्री गजऱ्याने हात गुरफटत असताना) हा रिवाज मोठा चांगला आहे. मसनदीवर बसणारा पेशवा मसनदीचा मालक नसून राज्यकर्तव्याला जखडलेला गुलाम आहे, ही जाणीव राहण्यासाठीच हे हात बांधलेले असतात. न्यायाच्या हाताचा आधार घेऊनच त्यांना मसनदीकडे जाता येतं. चलावं दादासाहेब... (राघोबा पाय उचलतात.) पाहिलंत दादासाहेब, ती पेशव्यांची मसनद शौर्यतेजाने कशी झगमगते आहे! हीच ती मसनद, की ज्यावर थोरले बाजीराव विराजमान झाले होते. दौलतीच्या निष्ठेनं साऱ्या हिंदुस्थानात त्यांनी मसनदीचा दरारा

वाढवला. हीच ती मसनद, की जिच्या निष्ठेपायी माधवराव पेशव्यांनी पानपतचा कलंक धुऊन काढून या मसनदीला तेजस्वी बनवलं. छत्रपतींनी उभारलेल्या जरीपटक्याच्या तेजानं निजाम-हैदरपासून दिल्लीच्या पातशाहीपर्यंत सा-यांना दिपवलं.

राघोबा : माधवाची आठवण झाली तरी ऊर भरून येतो.

रामशास्त्री : आपला ऊर भरून येणं स्वाभाविक आहे. त्यांच्या अंतकाळी आपण थेऊरला होतात. त्यांना आपण नारायणरावांना सांभाळण्याचं वचन दिलं होतं... श्रीगजाननाच्या आणि पेशव्यांच्या या सरन्यायाधीशाच्या साक्षीनं... नारायणरावांचं सुतकही अजून संपलेलं नाही, तोवरच आपण पेशवेपदावर बसण्यासाठी निघाला आहात, तेव्हा या मंगल प्रसंगी त्या आठवणीनं आपला ऊर भरून येणारच.

राघोबा : शास्त्रीबुवा... नारायणा... नारायणा...

रामशास्त्री : दादासाहेब - असे दचकलात का? तुमचा चेहरा पांढरा फटफटीत पडलाय - हात थरथरताहेत - अंगाला दरदरून घाम सुटलाय.

राघोबा : (घाम टिपीत) छे, छे - मी ठीक आहे.

रामशास्त्री : मग उचला पाऊल. पाहा ही पेशव्यांची मसनद. हिच्यावर अंथरलेल्या मखमलीचा रंगही रक्तासारखा तांबडाच आहे. तेव्हा ती रक्तानं भिजून निघाली, तरी ते डाग कुणाला दिसण्याची मुळीच भीती नाही. आपण निश्चिंत मनानं चलावं.

आनंदी : (पडद्याआडून) चिंतोपंत, नाना, हा काय प्रकार चालला आहे?

रामशास्त्री : चलावं दादासाहेब! बाईसाहेब अधीर झाल्या आहेत. मसनद आपली वाट पाहत आहे. रिकामीच आहे ती. माधवराव गेले, नारायणराव गेले. खरंच गेले. आठवतं ना... आपण होताच तिथं, त्या वेळी त्यांनी किंकाळी फोडली होती, ''काका, मला वाचवा...'' वासरानं वाचवा म्हणून हंबरडा फोडला, तरी कसायाच्या काळजाला का कधी पाझर फुटतो? त्या असहाय वासराच्या गळ्यावरून कसायाची सुरी चराचरा फिरायची ती फिरतेच.

राघोबा : (फिरतात) नाही... नाही...

नाना : श्रीमंत... मागे वळू नका.

शिंदे : शास्त्रीबुवा! कोणत्या वेळी कोणती आठवण द्यावी याचं भानही राहिलं नाही? ज्यानं अटकेपार तलवार गाजवली, उदगीरच्या लढाईत निजामाला नामोहरम केला, तो पेशव्यांचा राघोभरारी तुमच्या नको त्या आठवणीनं कातर बनवलात!

रामशास्त्री : माझ्या बोलण्यानं नव्हे! त्यांच्या करणीनं! मी फक्त त्याची आठवण दिली!

शिंदे : त्याविना काही नडलं होतं? मांडवात गेलं, तर अक्षता टाकायच्या असतात. भविष्य वर्तवायचं नसतं एवढंही तुम्हाला कळू नये?

रामशास्त्री : अश्राप मुलावर तलवारीचे घाव ज्यांनी टाकले त्यांच्यावर शुभाशीर्वादांची अक्षता टाकणारा मी भिक्षुक नव्हे! चढत्या पायरीला मुजरा करणाऱ्यांनी ते खुशाल करावं!

शिंदे : आपण ब्राह्मण म्हणून हे ऐकून घेतलं. दुसरा कोणी असता, तर याच जागी त्याची गर्दन मारली असती.

रामशास्त्री : ब्राह्मणाविषयी एवढा आदर? मग गोब्राह्मण प्रतिपालक छत्रपतींचं पंतप्रधानपद चालवणाऱ्या या गादीचा हा वारसा गोहत्येचा आणि ब्रह्महत्येचा पातकी आहे. असेल हिंमत, तर विचारा जाब त्याला. असेल मनगटात ताकद, तर त्याला मुजरे करण्यासाठी बाहेर येणाऱ्या तलवारी रोखा त्यांच्या छातीवर.

शिंदे : खबरदार! शास्त्रीबुवा! आमच्या इभ्रतीवर आणि पेशव्यांच्या मसनदीच्या वारसावर बेगुमान आरोप करणारी बेलगाम जीभ आवरा.

रामशास्त्री : जीभ आवरा? जीभ आवरण्यासाठी मी आज दरबारात आलेलो नाही. सत्य, न्याय आणि नीतीची कवचकुंडलं चढवून, सत्तापिपासू नराधमाच्या तलवारीचं पाणी जोखावं, म्हणून माझी जिव्हा परजण्यासाठीच मी इथे उभा आहे. पेशव्यांच्या समस्त मानकऱ्यांनो, पेशव्यांच्या या भरदरबारात पेशव्यांचाच न्यायाधीश, हा रामशास्त्री निर्भीड आणि स्पष्ट आरोप करतो आहे. पेशव्यांच्या मसनदीवर हक्क सांगणारे रघुनाथराव बल्लाळ यांनी गादीच्या लोभानं प्रत्यक्ष आपल्या पुतण्याची हत्या केलेली आहे. श्रीमंत नारायणराव पेशव्यांचे खुनी हे आहेत!

राघोबा : खोटं! साफ खोटं... मी खून केला नाही. गारद्यांच्या गर्दीत...

रामशास्त्री : गारद्यांच्या गर्दीत? दादासाहेब, या भाकडकथा तुमच्या आश्रितांना ऐकवा. त्यांना पटतील कदाचित. गारद्यांच्या गर्दीत नारायणराव मारले गेले, तर मग ज्या गारद्यांच्या हातात मणामणाच्या बेड्या दिसायच्या त्यांच्या हातात सोन्याची सलकडी कशी दिसताहेत? ज्यांची मस्तकं मेखसूनं फुटायची त्यांच्या मस्तकावर हे शिरपेच कसे? ज्यांची पुण्याच्या रस्त्यारस्त्यांतून धिंड निघायची, ते मानाचे मानकरी म्हणून आज या दरबारात कसे? मला माझ्या प्रश्नाचं

उत्तर हवंय रघुनाथराव बल्लाळ.

सुमेर : खामोश बम्मन!

रामशास्त्री : थांबलास का? असेल हिंमत तर उपस ती तलवार! म्हणजे या दरबारी मानकऱ्यांना त्यावरचे नारायणरावांच्या रक्ताचे डाग तरी दिसतील.

शिंदे : उठलेली वदंता आणि कल्पनेतली आख्यायिका निदान न्यायाधीश म्हणवून घेणाऱ्यानं तरी बोलू नये.

रामशास्त्री : पेशव्यांच्या दौलतीचा हा न्यायाधीश पुरावा असल्याखेरीज बोलत नसतो.

(आनंदीबाई संतापाने बाहेर येते.)

आनंदी : सुमेरसिंग, पाहता काय? या दगलबाजाच्या मुसक्या आवळा.

(सुमेरसिंग, खडगसिंग पुढे होतात. तोच शिंदे, होळकर आपल्या तलवारी उपसून रामशास्त्र्यांना पाठीशी घालतात.)

शिंदे : खबरदार कोणी पुढे येईल तर! न्यायाची लाज आणि मसनदीचं इमान राखण्यासाठी शिंदे-होळकर न्यायशास्त्र्यांचंच रक्षण करतील.

रामशास्त्री : तुमची ही न्यायनिष्ठा पाहून आनंद वाटला.

शिंदे : शास्त्रीबुवा! तुम्ही जो दादासाहेबांवर आरोप केलात, तो सिद्ध झाला नाही, तर तुमची गय केली जाणार नाही.

रामशास्त्री : गादीच्या इभ्रतीसाठी उपसलेल्या तुम्हा वीरांच्या तलवारी बेइज्जत करणाऱ्याचा कंठनाल कापल्याखेरीज म्यान होत नसतात, हे मी जाणतो.

आनंदी : शास्त्रीबुवा! कसला प्रकार हा?

रामशास्त्री : बाईसाहेब, पडद्याबाहेर येऊन तुम्हीच मर्यादा ओलांडलीत. संसारातील सोबत तेलवातीसारखी असावी. ज्योत तेवत ठेवण्यासाठी वात भिजत ठेवावी एवढंच तेलाचं कर्तव्य; पण मोहानं एक थेंब जरी त्या ज्योतीवर पडला, तर ती विझून जाते. काजळलेल्या वातीखेरीज काही राहत नाही. तुमच्या कर्मानं दादासाहेबांच्या नशिबी तेवढंच उरलेलं आहे.

आनंदी : बोलून चालून पाणक्या! पायांवर पाण्याची धार ओतायची सोडून, पेशव्यांच्या भिकबाळीकडे कशाला पाहावं!

रामशास्त्री : बाईसाहेब, ज्याला दौलतीच्या पायांवर निष्ठेची धार अखंड ठेवता येते, त्यालाच सन्मानाच्या भिकबाळीकडे पाहण्याचा अधिकार असतो.

आनंदी	:	अद्यापि तुम्हाला आमच्या अधिकाराची ओळख झालेली दिसत नाही. सुमेरसिंग, याची माजोरी जबान बंद करा.

(सुमेरसिंग पुढे होतो.)

शिंदे	:	खबरदार सुमेरसिंग! दादासाहेब, या तुमच्या कुत्र्यांना आवरा. नाहीतर या दरबारात रक्तपात झाल्याखेरीज राहणार नाही.
राघोबा	:	सुमेरसिंग! मागं सरा!

(गारदी मागे सरतात.)

रामशास्त्री	:	दादासाहेब, नारायणरावांच्या वेळी गारद्यांना असंच आपण अडवलं असतंत तर?
आनंदी	:	काय पोरखेळ चाललाय हा! स्वारींच्या नावानं छत्रपतींच्या कडून वस्त्रं आलेली आहेत. स्वारींनी या क्षणाला जाऊन मसनदीवर बसावं.
रामशास्त्री	:	कसे बसतील? बाईसाहेब, पेशव्यांची मसनद म्हणजे भोगशय्या नव्हे. ती न्याय, नीती, धर्म यांचं प्रखर प्रतिष्ठान आहे. गोहत्या, स्त्रीहत्या आणि ब्रह्महत्या करणाऱ्या पातक्यांना त्यावर बसता येणार नाही.
राघोबा	:	नाही शास्त्रीबुवा! माझा अपराध नाही. सुमेरसिंगानं आणि खडगसिंगानं हे कृत्य केलं. शिक्षेला ते पात्र आहेत. आम्ही नाही.
रामशास्त्री	:	कुणाला सांगता हे दादासाहेब? ज्यांना साधी मुळाक्षराची ओळख नाही, ते आकाशीचे नक्षत्र टिपतील कसे? पेशव्यांवर वार करण्याची हिंमत त्यांची खास नाही.
राघोबा	:	नाही... हे कर्म त्या गारद्यांनीच केलं... ते दोषी आहेत. हवं तर त्यांना शिक्षा करा.
रामशास्त्री	:	दादासाहेब! ते हस्तक! हस्तकांना शिक्षा करून त्यामागच्या मस्तकाला विसरणं हे न्यायात बसत नाही. या पातकीचे धनी तुम्हीच आहात. फक्त तुम्ही...
शिंदे	:	फार ऐकलं! शास्त्रीबुवा पुरावा द्याच!
रामशास्त्री	:	पुरावा हवा ना? हा घ्या पुरावा! (सुरळी बाहेर काढतात. ती शिंद्यांच्या हाती देतात. तो हुकूम पाहून सुमेरसिंग दचकतो. आनंदीबाईचे डोळे विस्फारले जातात. राघोबा सुन्न बनतो.) हाच तो पुरावा! खुद्द दादासाहेबांनी नारायणरावांना मारण्यासाठी त्यांच्या खास हस्ताक्षराचा, सहीशिक्क्याचा दिलेला हुकूम. आणखीन काय हवं? आता खुशाल त्या मारेकऱ्यांना सोडा, वा या दादासाहेबांना

मसनदीवर बसवून राज्यनिष्ठेच्या शपथा घ्या.

राघोबा : शास्त्रीबुवा, श्रीगजाननाला स्मरून सांगतो, नारायणाला मारण्याचा हुकूम मी दिला नव्हता. माझा हुकूम फक्त धरण्याचा होता. कुणीतरी माझ्या अपरोक्ष हुकुमात बदल केला. कुणीतरी ध च्या ठिकाणी मा केला.

रामशास्त्री : कुणीतरी म्हणजे कुणी?

राघोबा : म्हणजे... (एकदम थांबतो. आनंदीबाई दचकते.)

रामशास्त्री : सांगा दादासाहेब, असे गप्प का? कुणी केला हा ध चा मा?

राघोबा : (कोंडीत सापडून) मला नाव सांगता येणार नाही; पण असा बदल झाला हे सत्य.

रामशास्त्री : ठीक आहे. वादासाठी क्षणभर मान्य करू, की तुमच्या अपरोक्ष तुमच्या हुकुमात हा बदल झाला, पण खून तर काही तुमच्या अपरोक्ष झाला नाही. तुमच्या समक्ष झाला, हे माझ्याजवळ तुम्ही कबूल केलेलंच आहे. हुकूम देणारे तुम्ही. तुमच्या मनात फक्त धरावे असं होतं, तर डोळ्यांदेखत मारू कसं दिलंत? त्याच वेळी मारणाऱ्यांचे हात का कलम केले नाहीत? एवढंच लक्षात ठेवा, की जीवनातलं धन किंवा मान कागदावरील अक्षरांच्या बदलांनी मिळत नसतो.
(राघोबा गप्प होतो.)

चिंतो : झाला प्रकार योग्य झाला नाही हे खरं! पण पुढच्या संकटाकडे पाहायला हवं. सत्य परिस्थितीकडे डोळेझाक करून दौलतीचं नुकसान होईल.

शिंदे : कसलं नुकसान?...

चिंतो : नारायणराव गेले. दादासाहेबांखेरीज पेशव्यांच्या गादीला वारस कोण?

रामशास्त्री : आणि म्हणून दादासाहेब पेशवे! असंभव! ही छत्रपतींच्या पंतप्रधानाची गादी आहे. यावर फक्त वीर, पराक्रमीच बसतात. मारेकऱ्यांना, खुन्यांना तेथे जागा नाही.

चिंतो : पण पेशव्यांच्या गादीला वारस?

रामशास्त्री : त्याची तुम्ही चिंता करू नका! माणसाला दोन-दोन डोळे असले, तरी परमेश्वराला सहस्र नेत्र असतात. पेशव्यांचा वारस, तो आठवा आज या क्षणी गंगाबाईसाहेबांच्या उदरी वाढत आहे.

चिंतो : बाजारात तुरी आणि भट भटणीला मारी त्यातलाच प्रकार हा.

शास्त्रीबुवा, गंगाबाईसाहेबांच्या उदरी नारायणरावसाहेबांचा वंश वाढत असेलही, पण तो पुत्रच होईल याची शाश्वती कोण देणार? आणि समजा पुत्र झालाच, तरी तो मोठा होणार केव्हा, पेशवेपदावर बसणार केव्हा? तोपर्यंत ही मसनद काय रिकामी ठेवायची?

राघोबा : नारायणाला पुत्र झाला तर तोच पेशवा होईल, पण तोपर्यंत मसनद रिकामी ठेवता येणार नाही.

शिंदे : हो, दौलतीच्या दृष्टीनंसुद्धा ते हिताचं नाही.

राघोबा : शास्त्रीबुवा, घडल्या प्रकाराबद्दल आम्हाला खंत आहे. तुम्ही आमचे न्यायाधीश. तुम्ही फक्त न्याय जाणता; पण राजकारणात नेहमीच न्यायाचा काटा वापरून चालत नाही. कधीकधी कौटिल्याचा काटाही वापरावा लागतो.

रामशास्त्री : सैतानानं शास्त्राधार सांगावा त्यातला हा प्रकार. रघुनाथराव, मसनदीच्या पायऱ्यांवर कौटिल्याच्या पायघड्या घातल्यात तरी तुम्ही त्या पायऱ्यांवर सांडलेलं रक्त काही झाकलं जाणार नाही आणि कौटिल्यासारख्या निःस्वार्थी तपस्व्याचं नाव तुम्ही तरी उच्चारू नये. प्रतिज्ञापूर्तीसाठी नंदवंशाचा समूळ नाश केल्यानंतर हाती आलेलं साम्राज्य चंद्रगुप्ताच्या स्वाधीन करून घडलेल्या पापाचं प्रायश्चित्त म्हणून घोर तपश्चर्या करण्यासाठी गिरिकंदरात निघून जाणारा तो आर्य चाणक्य कुणीकडे आणि एका अश्राप पोराचा खून करून, सत्तेला घट्ट चिकटून राहणारे तुमच्यासारखे क्षुद्र कीटक कुणीकडे!

आनंदी : पाणक्या! कुणाला बोलतोस हे?

चिंतो : भर दरबारात पेशव्यांचा असा अपमान म्हणजे हद्द झाली.

सुमेर : हुक्म दो हुजूर; यही, इस बेमुरव्वत की जुबान खींच लेते है।

शिंदे : थांबा, खबरदार कुणी एक शब्द जास्त बोललात तर. शब्दानं शब्द वाढवीत असा काथ्याकूट करीत राहिलं, तर हाती फक्त चोथाच लागेल. शास्त्रीबुवा, या पेचप्रसंगातून पेशवे घराण्याची आणि दौलतीची इभ्रत राहील असा काही मार्ग...

रामशास्त्री : मार्ग एकच!

राघोबा : शास्त्रीबुवा, राजकारणाच्या पटावर बसल्यानंतर इच्छा असो-नसो अशा बदचाली खेळाव्याच लागतात. घडला प्रकार अत्यंत अनुचित होता. माझ्या नावाने तो घडलेला आहे, तेव्हा त्याची सर्व जबाबदारी मला स्वीकारलीच पाहिजे. प्रायश्चित्तानं या पापाचं परिमार्जन होणार

असेल, तर ते आम्ही आनंदानं घेऊ. तुमच्या शास्त्रात अशा कृत्याला काही प्रायश्चित्त असलं...

रामशास्त्री : आहे तर. प्रायश्चित्त आहेच!

राघोबा : सांगा शास्त्रीबुवा! म्हणाल ती तीर्थयात्रा आम्ही करू.

रामशास्त्री : यात्रा करावीच लागेल.

राघोबा : कोणती? रामेश्वर!

रामशास्त्री : नाही.

राघोबा : काशी?

रामशास्त्री : नाही.

राघोबा : चारीधाम यात्रा?

रामशास्त्री : अं हं!

राघोबा : मग कोणती?

रामशास्त्री : परलोक यात्रा.

राघोबा : काय? परलोक यात्रा!

रामशास्त्री : होय! तुमच्या या असुरी गुन्ह्याला एकच प्रायश्चित्त आहे आणि ते म्हणजे - देहांत प्रायश्चित्त!

आनंदी : (भीतीने) नाही, नाही... (म्हणत ती आत जाते. सारा दरबार अवाक झालेला असतो.)

चिंतो : शास्त्रीबुवा, नीट विचार करून सांगा. दुसरं काहीतरी प्रायश्चित्त असलंच पाहिजे. दादासाहेब पेशवे आहेत.

रामशास्त्री : चिंतोपंत, पेशव्यांची सोय-गैरसोय पाहण्यासाठी शास्त्रं लिहिली गेली नाहीत.

शिंदे : शास्त्रीबुवा, कसलं घोर प्रायश्चित्त सांगितलं? हे स्वीकारणं कसं शक्य आहे!

रामशास्त्री : मी फक्त धर्मानं, न्यायानं दिलेलं प्रायश्चित्त सांगितलं. ते स्वीकारणं वा अव्हेरणं हे तुमच्या हाती. मी माझं कर्तव्य केलं आहे. आज श्रीमंत माधवरावांना दिलेल्या वचनाची पूर्तता झाली आणि त्याचबरोबर या पेशव्यांच्या मसनदीला अभिवादन करून तिच्या निष्ठेपायी मी प्रतिज्ञा करीत आहे, जोवर पेशव्यांच्या मसनदीवर हा पेशव्यांचा खुनी बसला आहे, तोवर या राज्यात परत पाऊलही टाकणार नाही. आम्ही येतो. (रामशास्त्री मसनदीजवळ जाऊन नम्रपणे नमस्कार करतात. जाण्यासाठी वळतात.)

शिंदे : शास्त्रीबुवा, धन्य तुम्ही. सत्तेच्या लोभापायी आप्तस्वकीयांचे मुडदे

पाडावेत हे मुगलांचं दुर्व्यसन. त्याचा हा कलंक मराठी दौलतीला लागला आणि उभी दौलत मनात कासावीस झाली; पण या भूमीत हे खपवून घेतलं जाणार नाही, असं निर्धारानं बजावणारा एक तरी नि:स्पृह कर्मयोगी निघाला म्हणून या मसनदीची, या उभ्या मराठी दौलतीची आज बूज राहिली. गादीला मुजरा करण्यासाठी म्यानाबाहेर पडलेल्या तलवारी आज मानाचा पहिला मुजरा तुम्हालाच करतील.

(रामशास्त्री संथ पावलाने जात असतात. मानकऱ्यांचे मुजरे झडत असता पडदा पडतो.)

■